సుందరకాండ

సుధాగానం

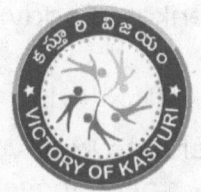

కస్తూరి విజయం

VICTORY OF KASTURI

ముక్కర్ల వెంకటరెడ్డి

ALL RIGHTS RESERVED

All rights reserved. No part of this publication may be reproduced, stored in or introduced into a retrieval system, or transmitted, in any form by any means may it be electronically, mechanical, optical, chemical, manual, photocopying, or recording without prior written permission of the Publisher/ Author.

Sundara Kaanda
Sudha Gaanamu
of
Sri Mukkarla Venkata Reddy (Venkataryulu)

Copy Right:
Sri Mukkarla Venkata Reddy (Venkataryulu)
Ph: +91 99492 12127

Published By: Kasturi Vijayam
Published on: May 2024

ISBN (Paperback): 978-81-963835-0-3

Print On Demand

Ph:0091-9515054998
Email: Kasturivijayam@gmail.com
Book Available
@
Amazon (Worldwide), Flipkart

కీ. శే. ముక్కర్ల వెంకటార్యులు (1914 – 1989)

మేనల్లుడు ధీరజ్ కోట్ల కు

ప్రేమతో...

సుందరకాండ
సుధాగానం

మా అబ్బ గురించి రెండు మాటలు	1
ముందు మాట	3
పీఠిక	31
హితోపదేశములు	33
సుందరకాండ సుధాగీత యొక్క పలు విధరూపములు	34
శ్రీ సుందర కాండ సుధా గీత	40

మా అబ్బ గురించి రెండు మాటలు

– యన్. పద్మజ

అబ్బ (అంటే మా తాత) ఏ సంవత్సరం పుట్టాడో కరెక్ట్ గా తెలియదు. మా నాన్న 1939 లో పుట్టాడు. అప్పుడు మా అబ్బకు పాతికేళ్ళు ఉంటాయనుకుంటే మా అబ్బ 1914 లో పుట్టి ఉండవచ్చు అని అనిపిస్తుంది.

అబ్బ చిన్నప్పుడే తల్లిదండ్రులు చనిపోయారు. వేరే బంధువుల ఇంటిలో పెరిగాడు. జేజికి పన్నెండేండ్ల వయసులో మడుగు పల్లెకు వెళ్ళి తాత చూసాడు. అప్పుడు తాతకు 20 యేండ్లు ఉండి ఉంటాయి. అప్పటికింకా వరకట్నం రాలేదు. కన్యాశుల్కం ఇచ్చి పెళ్లి చేసుకున్నాడు.

అబ్బ నల్లని వాడు. తెల్లటి వస్త్రాలు ధరించే వాడు. జేజి పచ్చటి బంగారు ఛాయతో ఎంతో అందంగా ఉండేది. అబ్బ వాళ్ళ తల్లిదండ్రులకు ఏక సంతానము. వారికి మా నాన్న ఒక్కడే సంతానము. పల్లె వాళ్లతో మాట్లాడుకునే వాడు. మిగిలిన సమయాలలో ఎక్కువగా మౌనంగానే ఉండే వాడు. మా నాన్న వాళ్ళ ఊరిలో తొలి పట్టభద్రుడు. సర్వీస్ కమిషన్ ఎగ్జామ్స్ రాసి జాబ్ లో సెటిల్ అవ్వాలని డిసైడ్ అయినాడు. పల్లెకు రానని చెప్పి కష్టపడి చదివి డిప్యూటీ తాసిల్దారు అయ్యాడు. కొడుకు పల్లెలకు ఎప్పటికీ రాడని చెన్నం పల్లిలో ఆస్తి అమ్మి అనంతపురం సాయి నగర్లో ఇల్లు కట్టుకున్నాడు. మా పెద్దక్క ఇందిర కొద్ది రోజులు వాళ్ళ దగ్గర ఉండింది. ఆమెకు పెళ్లి సంబంధాలు చూసేటప్పుడు వాళ్ళ పల్లెలకు వెళ్లి అబ్బ అన్ని వివరాలు తెలుసుకొని వచ్చేవాడు. పూర్తిగా విచారించే వాడు. మా రెండో అక్క భారతి వివాహం కూడా ఆయన చేతుల మీదే జరిగింది. నాకు వివాహమయ్యే సరికే వారు లేరు.

చివరిలో ఆయన ప్యాపిలి దగ్గర ఇల్లు కట్టుకొని వెళ్లిపోయారు. అక్కడ ఒక గుడిలాగ కట్టించాడు. వెంకట రెడ్డి నుంచి వెంకటార్యులు గా పేరు మార్పు చేసుకున్నాడు. ఒక జంగమయ్యను దీపం పెట్టడానికి నియమించాడు. ఆ పూజారిది పెద్ద కుటుంబము. పూజారితో ఆధ్యాత్మిక విషయాలు చర్చించేవాడు. అక్కడే ధ్యానము చేసుకొని, భజన చేసే వాడు. అంతకు ముందు మాంసము ఎంతో ఇష్టముగా తినేవాడు. కానీ ఆశ్రమానికి వెళ్ళాక మానేసాడు. కానీ బీడీలు తాగే అలవాటు మానలేదు. అదే చివరికి గొంతు కాన్సర్ గా

పరిణమించింది. మా నాన్న సెయింట్ జాన్స్, బెంగళూరులో చేర్పించి చూపించినా ఫలితము లేకపోయింది. నాకు ఆయన సుందర కాండ రచించినట్లు కూడా తెలియదు. ఈ మధ్యనే నాన్న పుస్తకాలలో అబ్బ స్వదస్తూరితో రచించిన సుందర కాండ సుధా గానము లభించింది. దానిని మా వారు చూసి, ఇది అద్భుత కావ్యము, దీనిని అందరికీ అందుబాటులోకి తేవాలి అని చెప్పి ప్రచురణకు పూనుకున్నారు.

చింతాకు పప్పు, గోంగూర పప్పు, టమేటా పప్పు, మెంతి కూర పప్పు ఇలా ఏ పప్పు చేసినా ఎర్ర కారం దట్టించి చేసేది జేజి. అబ్బకు పప్పు ఎంతో ఇష్టం. చక్కగా పీట మీద కూర్చొని పప్పులో నెయ్యి వేసుకొని ఆరగించే వాడు. ఆయన అందరు సీమ వాసుల లాగే టమేటా రసంతో ప్రీతిగా తినేవాడు. ఎప్పుడైనా నలతగా ఉంటే మిరియాల చారు చేసేది జేజి. రాగి సంగటి చేసినప్పుడు వంకాయ కూర చేసేది. కవ్వంలో మజ్జిగ చిలికి వెన్న తీసి నెయ్యి చేసేది. మా అబ్బ గడ్డ పెరుగు ఇష్టంగా తినే వాడు. హోళిగలు, అలసంద వడలు మా జేజి ఎంతో రుచిగా చేసేది. అప్పుడు మిక్సీ లు లేవు కాబట్టి అన్ని వంటలు దంచి, రుబ్బి చేసేది. మా అబ్బ వీటిని ఎంతో ఇష్టంగా తినే వాడు. హోళిగలు చేసినప్పుడు హోళిగల చారు చేసేది. అది మా అబ్బకు మహా ఇష్టం. ఇడ్లీలు, దోశలు, ఉప్మా, బొరుగులతో ఉగ్గాని చేసేది జేజి. దోశ లోకి ఎర్రగడ్డలేసి ఎర్ర కారం చట్నీ చేసేది.

నాకు తెలిసినంత వరకు ఆయనకు సినిమాలు చూసే అలవాటు లేదు. ఒకసారి శ్రీ రామ రక్ష (1978) సినిమా వచ్చినప్పుడు ఈయన రామభక్తుడు కావటంతో దేవుడి సినిమా ఏమో అని వెళ్ళాడట. కానీ సినిమా మొదలైన పది నిముషాలకే బయటకు వచ్చేసాడని తెలిసింది ....

మహా భారతంలోని విరాట పర్వం చదివితే వర్షాలు వస్తాయని గ్రామీణుల నమ్మకం. అలా వర్షాలు పడని వారు మా అబ్బను పిలిపించుకుని విరాట పర్వం చెప్పించుకునే వారట. ఈయన ఉచితంగానే వెళ్లి చెప్పి వచ్చేవాడు. అనంతపురం కరువు గడ్డ. వర్షాలు పడక పోవడం సర్వ సాధారణమే కదా. అందుకే మా పల్లెకు రా అంటే మా పల్లెకు రా అని పిలుపులు తరచూ వచ్చేవి.

ఆయన 1989 లో ఉత్తరాయణ పుణ్య కాలంలో దాదాపు డెబ్భై ఐదు సంవత్సరాల వయసులో పరమపదించారు.

***

ముందు మాట

యన్. రవి శేఖర్ రెడ్డి

సుందరే సుందరో రామ:
సుందరే సుందరీ కథ:
సుందరే సుందరీ సీత
సుందరే సుందరం వనం
సుందరే సుందరం కావ్యం
సుందరే సుందరం కపి:
సుందరే సుందరం మంత్రం
సుందరే కిం న సుందరం?

సుందరుడైన రామచంద్రమూర్తిని వర్ణిస్తున్నది కావున ఇది సుందరకాండ. సుందరమైన కథను చెబుతున్నది కావున సుందరకాండ. సుందరమైన సీత కథను చెబుతున్నది కావున సుందరకాండ. సుందరమైన అశోకవనాన్ని వర్ణిస్తున్నది కావున సుందరకాండ. సుందరమైన అంత్యాను ప్రాసలతో ఉపమాలంకార శబ్దాలతో చెప్పబడినది కావున సుందరకాండ. సుందరమైన హనుమంతుడి గాథను చెబుతున్నది కావున సుందరకాండ. అతి సుందరమైన తారక మంత్రాన్ని చెబుతున్నది కావున సుందరకాండ. ఈ సుందరకాండలో సుందరం కానిది ఏది?

అట్టి సుందర కాండను సుధాగాన రూపమున ఆంధ్రీకరించారు వెంకటార్యులు. వీరి పలుకు తియ్యతేనియలొలుకుతుంది; వీరి భాష గ్రామీణులు పలికే సరళమైన భాష; వీరి శైలి కడు సుందరము; వీరు వాల్మీకి రచించిన రామ కథలో కించింతయినను మార్పు చేయక దానిని తెలుగు వారి కోసం వారి ఆచార వ్యవహారాలూ, సామెతలు, నానుడులు, నుడికారాలు, నమ్మకాలతో వారి మది పులకించేలాగా సాగుతుంది వీరి రచన. ఎన్నో రామాయణాలు వచ్చాయి. మరలా ఇదెలా అంటారా? ఇదే ప్రశ్నకు విశ్వనాథ సత్యనారాయణ వారు ఏమన్నారో పరిశీలిద్దాం.

మరల నిదేల రామాయణం బన్నచో,
నీ ప్రపంచక మెల్ల వేళలయందు
తినుచున్న అన్నమే తినుచున్న దిన్నాళ్ళు,
తన రుచి బ్రదుకులు తనివి గాన
చేసిన సంసారమే చేయు చున్నది,
తనదైన అనుభూతి తనది గాన
తలచిన రామునే తలచెద నేనును,
నా భక్తి రచనలు నావి గాన
కవి ప్రతిభలోన నుండును గావ్యగత శ
తాంశములయందు తొంబదియైన పాళ్ళు
ప్రాగ్విపశ్చిన్మతంబున రసము వేయి
రెట్లు గొప్పది నవకథా ధృతిని మించి

ఇదే విషయానికి వెంకటార్యుల వారు పీఠిక లో ఇచ్చిన వివరణ చూడండి.

"జన్మల యందు మానవ జన్మ ఉత్తమమని, పోయిన దొరుకుట దుర్లభమని తెలుసుకొని అజ్ఞాన మనియెడి నిద్ర నుండి మేల్కొని జాగ్రత్త పడండి. మనకు ఆయువు ప్రవాహము వలె పరుగెడుచున్నది. మనలను రక్షించు వారు అవసాన కాలమున మచ్చుకైనను కానరారు. వారు వారు చేసుకున్న కర్మ ఫలము మాత్రమే వారిని రక్షించును. పుత్ర, మిత్ర, కళత్ర, భాత్ర, ధన, ధాన్య, విద్య, భల, క్షేత్రములు ఎన్ని ఉండినను అవేవి మన వెంట వచ్చునవి కావు. కావున జన్మ తరింపగోరి నేను ఈ సుందర కాండమును గాన రూపమున రచించితిని".

వీరిది పోతన భాగవతములాగా స్వేచ్ఛానువాదం. ఇది పరిశీలించడం కోసం రామాయణంలో కొన్ని భాగాలలో వాల్మీకి మహర్షి ఎలా రాసారో, వెంకటార్యులు ఎలా ఆంధ్రీకరించారో పరిశీలిద్దాము.

వాల్మీకి రామాయణములోని సుందర కాండలో హనుమంతుడు మహేంద్ర గిరి పైనుంచి ఎగిరే సందర్భములో రెండు శ్లోకాలు ఉన్నాయి.

శ్లోకము: శుశ్రువుశ్చ తదా శబ్దమృషీణాం భావితాత్మనామ్ |

చారణానాం చ సిద్ధానాం స్థితానాం విమలేంబరే || ౨౮ ||

భావము: చారిణులు, సిద్ధులు విమలాకాశం నుంచి పలికిన మాటలు వినపడ్డాయి.

శ్లోకము: స మత్తకోయష్టిభకాన్ పాదపాన్ పుష్పశాలినః |

ఉద్వహన్నూరువేగేన జగామ విమలేంబరే || ౪౮ ||

భావము: పుష్పములతో నిండిన వృక్షాలను తన తొడల వేగముచే పెకలించి తనతో ఎగురునట్లు చేయుచు, హనుమంతుడు నిర్మలమైన ఆకాశంలో ఎగిరాడు

ఈ రెండూ కలిపి వెంకటార్యులు ఇలా రాశారు.

సిద్ధులు సాధ్యులు – సురలు యక్షులు
గరుడులు చూచీ – కరువలిసుతుపై
పుష్ప వర్షమును – కురిపింపగ మరి
మలయ మారుతము – మెల్లగ వీవగ

పుష్పములతో నిండిన వృక్షాలను తన తొడల వేగముచే పెకలించి వేయడము వలన, ఆ వృక్షాలతో పాటు పువ్వులు కూడా రావడముతో, అవి హనుమంతునిపై రాలాయని కవికోకిల వాల్మీకి చెపితే, ఆ పూలు సిద్ధులు, సాధ్యులు, సురలు, యక్షులు హనుమంతునిపై కురిపించిన పుష్ప వర్షముగా వెంకటార్యులు కమనీయ కల్పన చేశారు.

సముద్రముపై ఎగురుతున్న హనుమంతుని వాల్మీకి మహర్షి అనేక ఉపమానములు ఉపయోగించి వర్ణించాడు. ఎరుపుతో కూడిన పర్వతము వలె ప్రకాశించుచున్నాడని, మహా వేగముతో పయనించే సూర్యుడి వలె ఉన్నాడని, నడుముకు కట్టిన బంగారు గొలుసుచే పొడవైనట్లున్న గజము వలె ఉన్నాడని, గాలికి నడుచుచున్న ఓడ వలె ఉన్నాడని, పక్షి మార్గమున వెళుతూ గరుత్మంతుని వలె ఉన్నాడని, హనుమంతుని ప్రక్కనుంచి రాపిడి చెందే గాలి మేఘగర్జన లాగా ఉన్నదని వర్ణించడము జరిగింది. ఈ వర్ణనలు దాదాపు 30 శ్లోకాలలో విస్తరించి వున్నాయి. 'ఉపమా కాళిదాసస్య' అని లోకోక్తి... కానీ ఈ శ్లోకాలు చూసాక 'ఉపమా వాల్మీకస్య' అని అనబుద్ధేస్తుంది. (అదే మాట రమణగారు కూడా అంటారు)

వెంకటార్యులు ఈ వర్ణనల స్థానములో తనదైన శైలిలో ఇలా రాశారు.

రామనామమును – రాత్రింబవలును

ఏమరకెప్పుడు – ధ్యానమొనర్చిన

వారల కార్యము – లెన్నడు విఘ్నము

గాక ఫలించును – సర్వ కార్యములు

తన పని యెట్టుల – కుంటుపడదు గద

అని మది తలతును – అనవరతమ్మును

ఇంతకు రాముల – ముద్రిక నాకిక

నండగ ఉండగ – భయము లేదు గద

వాల్మీకి మహర్షి హనుమంతుడు మనసులో ఏమనుకుంటాడో రాయలేదు. కానీ వెంకటార్యులు హనుమంతుని మదిని పూర్తిగా అర్థం చేసుకుని హనుమంతుడు తన స్వంత ప్రతిభ మీద కాకుండా రామ నామ మహిమచే వారధి దాటగలనని భావించినట్లు, ముద్రిక తన చెంత ఉన్నదన్న ధైర్యంతో వారధిని దాటుతున్నాడని అనుకున్నట్లు రాసి హనుమంతుని మనసును గొప్పగా ఆవిష్కరించాడు. వర్ణనలకు పెద్ద పీట వేయకుండా హనుమంతుని నడిపించిన రామనామాన్ని, అతనికి ధైర్యాన్నిచ్చిన ముద్రికను గురించి రాసి సుందర కాండ సుధాగానములో నిజముగానే భక్తి సుధలను చిలకరించారు.

ప్రబంధాలలో అష్టాదశ వర్ణనలు ఒక తప్పనిసరి లక్షణముగా రూపు దిద్దుకుంది. నగర వర్ణన మొదలు సముద్ర, పర్వత, ఋతు, చంద్రోదయ, సూర్యోదయ, ఉద్యానవన, జలక్రీడా, మధుపాన, రజతోత్సవ, విరహ, వివాహ, పుత్రోదయ, మంత్ర, జూద, ప్రయాణ, యుద్ధ, నాయకాభ్యుదయ వంటి వర్ణనలు ఈ రచనలలో ఉండేవి. ఒకరి కంటే మిన్నగా మరొకరు ఈ వర్ణనలు చేసే వారు. అయితే ప్రముఖ విమర్శకుడు వల్లంపాటి వెంకట సుబ్బయ్య గారు వర్ణనలు చేయడం కోసమే వర్ణనలు చేయరాదనీ, దానిని స్థల కాలాదులు నిర్ణయించడానికి కథా నేపథ్యానికి దోహదపడేలా చేయాలని సెలవిచ్చారు. వెంకటార్యులు వర్ణనల కోసం వర్ణనలు చేయరు. దానికి నిర్దిష్ట ప్రయోజనం ఉంటేనే, అదీ ఎంతో క్లుప్తంగా వాల్మీకి 30 శ్లోకాలలో చెప్పింది 3 పద్యాలలో వర్ణిస్తారు.

హనుమంతుడు లంకకు చేరినపుడు దర్శించిన ఉద్యానవనమును వాల్మీకి మహర్షి ఈ విధంగా వర్ణించారు.

సరలాన్కర్ణికారాంశ్చ ఖర్జూరాంశ్చ సుపుష్పితాన్ |

పియాళాన్ముచులిందాంశ్చ కుటజాన్కేతకానపి ||౯||

ప్రియంగూన్ గంధపూర్ణాంశ్చ నీపాన్ సప్తచ్ఛదాంస్తథా |
అసనాన్కోవిదారాంశ్చ కరవీరాంశ్చ పుష్పితాన్ ||౧౦ ||

పుష్పభారనిబద్ధాంశ్చ తథా ముకులితానపి |
పాదపాన్విహగాకీర్ణాన్ పవనాధూతమస్తకాన్ ||౧౧ ||

హంసకారండవాకీర్ణాః వాపీః పద్మోత్పలాయుతాః |
ఆక్రీడాన్వివిధాన్రమ్యాన్వివిధాంశ్చ జలాశయాన్ ||౧౨ ||

హనుమంతుడు అక్కడ, సరళవృక్షములూ, కొండగోగు చెట్లూ, బాగుగా పూసిన ఖర్జూరవృక్షములూ, మోరటి, నిమ్మ, కొండమల్లె, మొగలి చెట్టూ, సువాసనగల పిప్పలిచెట్లూ, మంకెన, ఏడాకుల అరటి, వేగిస, కాంచనం చెట్టూ, పుష్పించిన గన్నేరుచెట్టూ, పుష్పముల బరువుతో నిండినవీ, మొగ్గతొడిగినవీ, పక్షులతో వ్యాకులముగా నున్నవీ, గాలికి కదలుచున్న అగ్రభాగములు గలవీ, అయిన ఇతరవృక్షములూ, హంసలతోను, కారండవములను జలపక్షులతోనూ నిండినవి, అధికముగా పద్మములూ, కలువలూ ఉన్నవీ అయిన జలాశయాలను చూచెను అని దీని తాత్పర్యము.

వెంకటార్యులు ఆంధ్రదేశములో కనిపించని ఖర్జూరవృక్షములను తెలుగు వారి ఊహకందవని కాబోలు విడిచి పెట్టారు. నిమ్మ చెట్టు ఎంతో సుపరిచయమైనప్పటికీ అంత అందమైనది కాదని కాబోలు దానిని కూడా విడిచిపెట్టారు. తెలుగు నాట మగువల మనసు దోచే సన్నజాజి, విరి పొన్నలు, గన్నేర, చేమంతులు, మరియు గులాబి పువ్వులను మూలములో లేకున్ననూ గ్రహించారు. జలాశయ వర్ణనలో మూలములోని హంసలను అలాగే ఉంచారు – రమణీయ భావము కలిగించడానికి. అయితే వాటికి జతగా బాతులను కూడా పెట్టాడు – ప్రతి ఒక్కరికి ఊహకు అందడానికి. ఇప్పుడు చూడండి వెంకటార్యులు ఇదే ఉద్యానవన వర్ణన ఎంత రమణీయంగా చేశారో...

మల్లెలు మొల్లలు – సన్నజాజి విరి
పొన్నలు గన్నెర – చేమంతులును
రంగురంగులగు – గులాబి పువ్వులు
సొగసుగ కనులకు – నగుపడు సుమములు

కళకళమనియెడి – చిలుకల పలుకులు
మిలమిల మెరిసెడి – తుమ్మెద రొదలును
మధుర స్వరంబుల – మైమరిపించెడు
కోయిలరవములు – చెవులకింపుగా!! శ్రీ!!

జలకుక్కుటములు – చక్రవాకములు
కలహంసలు మరి – క్రౌంచ పక్షులు
బాతులు బకములు – పలు రకమ్ములగు
పక్షులు నీటిలో – మునుగుచు తేలుచు
ముచ్చటగా అవి – అటు ఇటు తిరుగుచు
అలల నూగుచు – నుండ చూచి మది
సంతస మొందుచు – శ్రీ హనుమంతుడు
మెచ్చుచు వాటిని – మేల్ మేల్ మేలని!! శ్రీ!!

వెంకటార్యులు ఆంధ్రీకరించడములో పోతనను తలపిస్తారు. దీనినే స్వేచ్ఛానువాదం అనవచ్చు. తెలుగు వారికి అర్థమయ్యే ప్రకృతి, ఆచార వ్యవహారాలను మేళవించి తియ్య తేనియల అచ్చ తెలుగులో సాగిపోతుంది వీరి రచన. మేల్ మేల్ మేలని మూడు సార్లు అనడం ద్వారా హనుమ ఎంత సంతసించాడో మనకు అర్థమవుతుంది. వీరి రచనలోని గొప్ప విషయమేమంటే వీరు ప్రథమ పురుషలో ప్రకృతి వర్ణన చేసి వదిలేయరు. దానిని హనుమంతుడు అనుభవించేలా తద్వారా పాఠకుడు అనుభూతి ఐక్యత పొందేలా రచించారు. అలాగే తిక్కనలా నాటకీయతను కూడా తన రచనలో చేసి పండిత పామర రంజకముగా వెంకటార్యులు ఎలా రచించారో పుర వర్ణనలో చూడవచ్చు.

విశ్వకర్మచే – చిత్ర నిర్మితము
మణిమయ శోభా– తుల్య నిలయములు
మేల్ మేల్ మేలని – ముక్కున వ్రేలిడి
అహహా హాయని – ఆశ్చర్యపడుచు
ఎంత చిత్రముగ – ఈ విమానమును
సృష్టి చేసెనొకొ – సురపురి దీనికి

సాటి కాదు యని - ఆంజనేయుడు

సంతోషముతో - అటుఇటు చూచుచు !!శ్రీ !!

మేల్ మేల్ మేలని ముక్కున వ్రేలిడినాడట; ఆహహా హాయని ఆశ్చర్యపడ్డాడట. జానపదుల మనసును దోచే లాగా సాగిపోతుంది వీరి రచన. 'ఎంత చిత్రముగ ఈ విమానమును సృష్టి చేసెనొకో' అన్న వీరి పలుకులలో 'ఏముకో చిగురు టధరమున - ఎడనెడ కస్తూరి నిండెను భామిని విభునకు రాసిన - పత్రిక కాదు కదా' అన్న అన్నమయ్య సంకీర్తనలు గుర్తుకు రాక మానవు.

వాల్మీకి మహర్షి ఆరవ సర్గలో వివిధ రాక్షసుల ఇండ్లను మారుతి చూచిన విధమును పన్నెండు శ్లోకాలలో వివరించారు. కేవలము వారి పేర్లు చెప్పాడు కానీ వారెలాంటి వారో చెప్పే విశేషణాలు వాడలేదు. అదే విషయాన్ని వెంకటార్యులు కేవలం రెండు పద్యాలలో ఇలా వివరించారు.

కుంభ నికుంభుల - కుంభకర్ణుని

కుమతి ప్రహస్తుని -క్రూర రావణుని

త్రిశిరు నరాంతకు -ద్రోహి మహోదరు

దుష్ట అక్షయుని - క్రూర ఇంద్రజితు

పాపి అతి కాయుని - కుటిలుడ కంపను

పొగరుబోతు మక - రాక్షుని శుకుని

వజ్ర దంష్ట్రుని - ధూర్తు ధూమ్రాక్షుని

కాలనేమి మహా - పార్శ్వు నిండ్లను !!శ్రీ!!

విద్యుత్ జిహ్వుని - శార్దూలముఖుని

దుర్ధరు దుర్ముఖు - ప్రఘుస యూపాక్షుని

సుమతి విభీషణు - సుందర గృహములు

మొదలగు రాక్షస - గృహముల చూచి

మలిగెడు మేడలు - కొలువు కూటములు

కోటలగడ్తలు - బురుజులు మణిమయ

మంటపములు మరి - నర్తనశాలలు

పాకశాలలను - పరిశోధించుచు!! శ్రీ!!

కేవలం వాళ్ళ పేర్లు చెప్పకుండా వారెలాంటి వారో చెప్పి వాళ్లపై తనకు కల కోపాన్ని కూడా చూపించాడు. క్రూర రావణుడు, ద్రోహి మహోదరుడు, దుష్ట అక్షయుడు, పాపి అతి కాయుడు, కుటిల కంపనుడు, పొగరుబోతు మకరాక్షుడు, ధూర్తు ధూమ్రాక్షుడు ఇలా చేసే రాక్షస దూషణ గ్రామీణులకు ఎంతో బాగా అనిపిస్తుంది. సీతమ్మకు ఇన్ని కష్టాలు కలిగించిన రావణునిపై, రావణునికి సహకరిస్తున్న రాక్షసులపై పాఠకులకు మరియు సుందరకాండ సుధాగానము వినే శ్రోతలకు గొంతు దాకా కోపముంటుంది. వారి మనసులోని కోపానికి రూపమా అన్నట్లున్న ఈ తిట్ల వర్షం వారిని ఉత్తేజితులను చేస్తుంది. ఇంత మందిలో విభీషణుడు కూడా ఉన్నాడు. అతనిని సంభోదించేటప్పుడు సుమతి విభీషణుడు అన్నాడు. అలా వారి గృహాలు చూశాడని చెప్పడమూ, వారెలాంటివారో చెప్పడమూ రెండూ ఈ పద్యాలలో జరిగింది.

వాల్మీకి రామాయణములో కొన్ని శ్లోకాలు అసందర్భంగానూ అనుచితంగానూ అనిపిస్తాయి. ఉదాహరణకు క్రింది శ్లోకాన్ని చూడండి. రావణ గృహములో ఎంతోమంది సుందరాంగులయిన ఉత్తమ స్త్రీలు రావణునిపై అనురాగము కలిగినట్లు గమనించిన హనుమంతుడు ఈ విధంగా అనుకుంటున్నాడు.

బభూవ బుద్ధిస్తు హరీశ్వరస్య
యదీదృశీ రాఘవధర్మపత్నీ,
ఇవమూ యథా రాక్షసరాజభార్యాః
సుజాతమస్యేతి హి పాధుబుర్దేః.

తాత్పర్యం: రావణుని భార్యలైన ఈ స్త్రీలందరు ఏ విధముగా ఈతనిపై ప్రేమానురాగములతో ఉన్నారో రాముని భార్యయైన సీత కూడ ఆ విధముగానే ఈతని వశమై పోయినచో వీనికి మంచిది అని ఆ అంతఃపురకాంతలను చూచిన వెంటనే మొట్టమొదటి బుద్ధిశాలి యైన హనుమంతునకు ఆలోచన కలిగెను.

హనుమంతుడు అలా అనుకోగలడా? వాల్మీకి మహర్షి ఇది ఎలా రాయగలిగాడు? దీనికి ఆచార్య శ్రీ పుల్లెల శ్రీ రామచంద్రుడు గారు ఇచ్చిన వివరణ చూద్దాము.

'సీత ఈ రావణునికి లొంగిపోయినచో ఈతనికి మంచిది ఆని హనుమంతుడు అనుకొనుట యుక్తము కాదని తలచి వ్యాఖ్యాతలు ఈ శ్లోకానికి ఎన్నో విధాల వ్యాఖ్యలు వ్రాసినారు. కాని అవేవీ అక్షరార్థానికి అనుగుణముగా లేవు. రావణుని అత్యద్భుతమైన ఐశ్వర్యమును చూడగానే హనుమంతుడు ఆశ్చర్యచకితుడై ఈ స్త్రీలందరూ ఏ విధముగా

రావణునికి వశమైపోయినారో సీత కూడా అట్లే వశమైపోయి ఉండవచ్చును అని అనుకొనుటలో దోషమేమీ లేదు. సీతను గూర్చి అప్పటికి, ఆతనికి పూర్తిగా తెలియదు కదా; దేవగంధర్వాదుల స్త్రీలే లొంగిపోయినప్పుడు మనుష్య స్త్రీ మాట చెప్పవలెనా అను భావము కలుగవచ్చును కదా. రాబోవు సర్గ చివర కూడ మండోదరిని చూచి సీతయే అని అతడు మొదట భ్రాంతిపడినాడు కదా! ఇతర స్త్రీల వలె సీత కూడ ఈ రావణునికి వశమైపోయినచో నిజముగా ఇతడు అదృష్టవంతుడే. అప్పుడు రాముడు ఈతనిని సంహరించడు. అట్లు కానిచో వీనికి రాముని చేతిలో మరణము తప్పదు అని హనుమంతుని అభిప్రాయము. సీత రావణుని అంతఃపురములో ఇతర స్త్రీలతో కలిసి ఉండవచ్చుననే ఉద్దేశ్యముతోనే కదా హనుమంతుడు అంతఃపురములో అన్వేషించుచున్నాడు. హనుమంతుడు మొదట ఈ విధముగా అనుకొని– "ఏమైనా రావణుడు సీత విషయములో చేయకూడని పనియే చేసినాడు అని తరువాతి శ్లోకములో అనుకొనును. అలా అనుకొన్నప్పుడు కూడ, తన మొదటి అభిప్రాయమును మార్చుకొన్నట్లు లేదు. ఈ సర్గలోను రాబోవు సర్గలోను కూడ సీత రావణాంతఃపురములో ఇతర స్త్రీలతో పాటు ఉండవచ్చుననియే హనుమంతుడు అనుకొన్నట్లు తోచును'.

అయితే నాకు ఇది ఒక ప్రక్షిప్తమేమో అని అనుమానము. నాతో ఒకసారి సావిత్రి గ్రంథ రచయిత అయిన రామారావు గారు వాల్మీకి రామాయణములో కొన్ని శ్లోకాలు వాల్మీకి విరచితము కావని, తరువాతి కాలంలో కొన్ని వేరు వేరు వ్యక్తులు ఇరికించారని, వాటిమీద పరిశోధన చేసి ఒక గ్రంథము రచించానని తెలిపారు. వారు ఇప్పుడు లేరు. వారి గ్రంథము అలభ్యము. కావున ఇది ప్రక్షిప్తమా కాదా తెలుసుకోవడం కష్టం. ఈ ఇబ్బందికరమైన శ్లోకాన్ని వెంకటార్యులు వదలి పెట్టారు. ఈ సందర్భములో వెంకటార్యులు ఎలా రచన చేశారో ఒక సారి చూద్దాము.

★ హనుమ నిద్రించు రాక్షసకాంతల చూచుట ★

సరసీరుహముల – బోలు ముఖంబులు
గల కాంతలను – చూచి మారుతి
కనులు మూతబడి – యుండుట నిద్రలో
యుండిన చెలువల – చూచి తలంచెను
సరసిజ మిత్రుని – కిరణ కాంతులను
పర్వగ లేమిచె – వీరి మోములును

భాసిలకున్నవి – రాత్రి యగుటచే

అని తల పోసేను – అంజని తనయుడు !!శ్రీ!!

రావణుని చుట్టును – రమణులు కొందరు

గాఢనిద్రలో పడి – నిద్రించెడు

కాంతల కనుగొని – కపి వరుడంతట

వారి మధ్యలో – మండోదరిని

చూచి సీత యని – మెచ్చి రూపమున

కచ్చెరువందుచు – ఆహా ఈమెయే

సీతాదేవని – ఆనందించు

అటు ఇటు తిరుగుచు – గానము చేయుచు !!శ్రీ !!

మరి ఇటు తనలో – మారుతి వెంటనె

పరిపరివిధముల – ఆలోచించెను

పరమ పతివ్రత – సీతామాత

పాపి రావణుని – పడకలో చేరునా?

పాప హేతువగు – పనికెటు మనసిడు ?

నేనీవిధముగా – నా మది తలచుట

ధర్మ సమ్మతము – కాదని తలచెద

అని హనుమంతుడు – నావలకరిగి !!శ్రీ!!

ఇలా ఎంతోరమణీయంగానూ యుక్తి యుక్తంగానూ వర్ణించి, మూలము లోని ప్రశ్నార్థకమైన శ్లోకాన్ని వదిలి పెట్టి వెంకటార్యులు ఈ ఘట్టాన్ని ఎంతో గొప్పగా రక్తి కట్టించారు.

'బ్రహ్మ సత్యం జగన్మిథ్య, జీవో బ్రహ్మైవ నాపరః' అన్నది శంకరుల అద్వైత దర్శన సారం. అంటే బ్రహ్మమే సత్యం; అందుకు భిన్నంగా స్వతంత్రత లేనిది జగత్తు. కాబట్టి అది మిథ్య. అలాగే జీవుడు అంటే జీవ (మానవ) చైతన్యం బ్రహ్మ చైతన్యానికి భిన్నమైనది కాదు. మూల చైతన్యపరంగా మనిషి పరబ్రహ్మాత్మకుడే అని దాని సారాంశం.

'దృశ్యము మిథ్య – దృక్కు నిజం' అంటారు వెంకటార్యులు. మనం దేన్నైతే చూస్తామో అదే జగత్తు. ఈ జగత్తును ఎవరు చూస్తారు? మనం చూసే నేను ఎవరు? ఈ ప్రశ్నకు

సమాధానము తెలిస్తే మానవునికి తెలుసుకోవలసినదంతా తెలిసినట్లే. ఇదే ప్రశ్నను తరచి తరచి వేసుకోమంటారు రమణులు. ఆ నేను శరీరమా? మనసా? బుద్ధా? ఎవరు నేను?

తనువే నేనని – తలపకు సాక్షిని
నాదునని నిశ్చయ – మొనరించి ఆత్మలో
ఆత్మను చేర్చి – అనవరతంబును
తన్మయ తత్వము – పొంది సుఖించిన
వాడే జగతిలో – మరు జన్మంబును
లేని స్థితిని గని – ఆనందించును

వెంకటార్యులు అద్వైత సారాన్ని రెండు ముక్కలలో చెప్పారు. మొదటిది సర్వసాక్షి ఆత్మ అన్న విషయం. రెండవది ఆత్మ సాక్షాత్కారాన్ని సాధించడం కోసం 'ఆత్మను ఆత్మలో చేర్చడం'. ఈ విషయాలనే వివేక చూడామణిలో శంకరులు తెలుపుతారు.

అస్థి కశ్చిత్ స్వయం నిత్య
మహం ప్రత్య లంబనః
అవస్థాత్రయ సాక్షీనన్
పంచకోశ విలక్షణః. !!

భాష్యము: పరమాత్మ అనగా ఎటువంటిదో నిరూపించలేనిది, దేనిమీదా ఆధారపడనిది, నేను అను అహంకారమునకు విరుద్ధ స్థితికి మూలమైనది. అయిదు కోశాల కంటే ప్రత్యేకమై మూడు అవస్థలకు సాక్షిగా నిలుచును.

యో విజానాతి సకలం
జాగ్రత్ స్వప్న సుషుప్తిషు
బుద్ధి తద్వృత్తిసద్భావ
మభావ మహమిత్యయం. !!

భాష్యము: నేను అనే భావనే అహంకారమునకు మూలం. ఈ నేను మూడు అవస్థలందు, ఏమి జరుగుతుందో గమనిస్తూ ఉంటుంది. పుట్టింది మొదలూ చనిపోయే వరకు ఎన్నో మార్పులు, శరీరం ఎన్నో విధములుగా మారును. కానీ ఈ నేను అనేది మారుట లేదు. ఏ జాతి కానీ, పురుషుడు కానీ, స్త్రీ కానీ, ఇతరమైన వారు కానీ నేను అనేది మారటం లేదు. ఈ నేను అనేది ఇంత బలంగా ఉండుటకు దాని వెనుక నిరాకారం అనే స్థిరమైన చైతన్యం ఉన్నది.

యః పశ్యతి స్వయం సర్వం
యం నపశ్యతి కశ్చన
యశ్చేతయతి బుద్ధ్యాది
నతద్యం చేత యత్యయం. !!

భాష్యము: ఏది స్వయంగా అన్నింటినీ చూస్తుందో కాని దానిని ఏవియు చూడలేవో, ఏది బుద్ధి మొదలగు వానిని చైతన్య పరుచునో కానీ దానిని అవి చైతన్య పర్చలేవో, జడ పదార్థములైన ఇంద్రియ, మనస్సు మొదలగు వానిని తన ప్రకాశంతో పనులు చేయించునో, దేనిని అవి తెలుసుకోలేవో అదే ఆత్మ. ఏ సాధనము లేకనే ఆత్మ అన్నీ తెలుసుకొనును. సర్వ సృష్టికీ ఆత్మే ఆధారం.

మనం 'ఆత్మ సాక్షిగా' అంటూ ఉంటాం. కానీ దీని అర్థం పూర్తిగా తెలీకుండా అనేస్తూ ఉంటాము. ఆత్మతత్త్వం అర్థం కావాలంటే సాక్షీ భావం అర్థం కావాలి. దీనిని కొంచెం వివరంగా అర్థం చేసుకుందాం. ఉదాహరణకు నేను ఒక ఇంటిని చూస్తున్నాననుకోండి. ఆ ఇల్లు వేరు, నేను వేరు. ఆ ఇల్లు చూడబడేది, నేను చూసే వాడిని. నేను దర్శిస్తున్నాను, ఇల్లు దర్శింప బడుతోంది. అలాగే ఈ జగత్తంతా దర్శించబడేది, నేను ఈ జగత్తును దర్శిస్తున్నాను. కొంచెం లోతుకు పోదాం. నా శరీరం ఉంది. దీనిని నేను చూడగలుగుచున్నాను. అంటే శరీరం కూడా దర్శించబడేదే. దానిని నేను దర్శింపగలుగుచున్నాను. ఇది 'నా' శరీరము. నాది శరీరము, కానీ నేను శరీరము కాదు. నేను సాక్షి. చూస్తున్నాను. శరీరం చూడబడుతోంది. అందుకే అది నేను కాదు. నాది. ఇంకొంచెం లోతుకు పోదాం. నా మనసు ఎన్నో విషయాలు ఆలోచిస్తోంది. అన్నిటిని చూస్తోంది. నిజంగా చూస్తోందా? లేదు. ఆ దృశ్యాలకు సంబంధించి ఆలోచిస్తోంది. అది ఒక ఆలోచనల ప్రవాహం. అది ఎల్లప్పుడూ ప్రవహించే నది లాంటిది. మనసు ఏమి ఆలోచిస్తోందో నేను గమనించగలను. ఎవరు ఈ ఆలోచనలను దర్శించుచున్నది? బుద్ధి దర్శిస్తోందా? ఏది మంచో, ఏది చెడో చెప్పేదిబుద్ధి. బుద్ధిని ఎవరు ఉపయోగించుకుంటున్నారు? ఆలోచనలను ఎవరు గమనిస్తున్నారు? అదే నేను. బాల్యం నుంచీ వృద్ధాప్యం దాకా నాలో ఉన్న నేను ఒకే నేనా? జాగృదావస్థలో, నిద్రలో, సుషుప్తిలో

ఉన్నది ఒకే నేనా? సర్వకాల సర్వావస్థలలో భావోద్రేకాలు అతీతమై గమనిస్తున్నది ఎవరు? ఏదైతే చూడబడుతోందో, ఏదైతే ఊహకందుతుందో, ఏదైతే గ్రాహ్యమవుతుందో అది జగత్తు. బయటి ప్రపంచాన్ని కన్ను చూస్తుంది. కన్నును మనసు చూస్తుంది. మనసును చూసేదెవరు? అహంవృత్తి అనగానేమి? రమణులు అహంవృత్తి పైన ధ్యానం చేయమంటారు. వారు మనసును తాత్కాలికంగా లయం చేసే ధ్యానం కాదు - మనోనాశము చేసే ధ్యానం చేయమంటారు. అన్ని ఆలోచనలకూ మూలం అహంవృత్తే. మనసు యొక్క మూలానికి పోతేనే భ్రమాజనితమైన నేను అంతరిస్తుంది. అప్పుడు మిగిలేది నిజమైన నేను. అదే బ్రహ్మం. వెంకటార్యులు ఆత్మను ఆత్మలో చేర్చమంటున్నారు. అంటే భ్రమాజనితమైన నేనును నిజమైన నేనులో కలపడం. అంటే ఇన్ని రోజులు నేను అనుకున్న నేను, నేను కాదు అని తెలుసుకొని నిజమైన నేనులో స్థిరమై ఉండటం. శరీరం మనసు అహంకారం నేను కాదు అని తెలుసుకొని వీటిని నిజమైన నాలో చేర్చడమే ఆత్మను ఆత్మలో చేర్చడం. అదే అహం బ్రహ్మాస్మి అనే స్థితి. నేనే వాడు, వాడే నేను. అప్పుడు నాలోనే భగవంతుడున్నాడు. భగవంతుడిలో నేనున్నాను. రెండూ వేరు వేరైతే కదా? జగత్తులో నేనున్నాను, నాలో జగత్తు ఉంది. ఆ రెండూ కూడా వేరు వేరు కాదే. ఉన్నదొక్కటే. అదే బ్రహ్మం. అదే సత్యం. వేరు వేరు అనుకోవడం డ్యూయాలిటీ – ద్వైతం. ఒకటే అనుకోవడం నాన్–డ్యూయాలిటీ అదే అద్వైతం. జగత్తు వేరు, నేను వేరు కాదు. సర్వం నేనే. సర్వం తానే. ఇదే విషయాన్ని వెంకటార్యులు ఇలా అంటారు

నేను నాది యను – అజ్ఞానంబున
నావారనుచును – నీవారనుచును
నీవారనువారు – ఎవ్వరు లేరు
నాదను వస్తువు – ఏదియు లేదు
అన్నియు తానని – అఖిలము తానని
అనియెడు తత్వము – మదిలో నిలిపి
ఆత్మారాముడె – అన్నియుటంచని
ఆత్మలో చింతన – చేయుము రావణ

నేను అనే భావం ప్రతి మనిషికి ఉంటుంది. ఉండాలి. శుద్ధమైన నేను 'ప్రత్యగాత్మ'. నేనుకు కతృత్వం, భోక్తత్వం ఆపాదించినపుడే అహంకారం పుడుతుంది. అంటే, నిజంగా

పనులు చేసేది 'నేను' కాదు. ఇంద్రియాలు మరియు కరణాలు. నేను ఫలానా పని చేస్తున్నాను అనుకొని ఆ ఫలాలను అనుభవించడం ఉంటే అది 'అహంకారం'.

ఆంజనేయుడు రాముడికి భక్తుడు. అది ఉపాసన. అక్కడ బయటకు కనిపించేది రాముడు మరియు హనుమంతుడు వేరువేరు. అది ద్వైతం. కానీ ఇద్దరూ ఒకటే. అదే సత్యం. అదే అద్వైతం.

శ్రీ రాముడు సీత జాడ తెలిపిన హనుమంతునితో పలికిన పలుకులు అద్వైతానికి పరాకాష్ట అని చెప్పవచ్చు. దాన్ని ఒకసారి పరిశీలించండి.

నీవును నేనును – ఇరువురమొకటిగ
భావించెదనూ – ఓ హనుమంతా
నన్నే నిన్నని – నిన్నే నన్నని
నను సేవించిన – నిను మెచ్చినను...

నన్ను సేవించినా నిన్ను సేవించినా ఒక్కటే. నువ్వే నేను, నేనే నువ్వు అని రాముడనటం అద్వైతాన్ని పరమోత్కృష్టంగా ఆవిష్కరించడమే.

కఠోపనిషత్తులోని ఈ శ్లోకాలను గమనించండి.

ఆత్మానం రథినం విద్ధి శరీరం రథమేవ తు
బుద్ధిం తు సారథిం విద్ధి మనః ప్రగ్రహమేవ చ
ఇంద్రియాణి హయానాహుర్విషయాంస్తేషు గోచరాన్।
ఆత్మేంద్రియమనోయుక్తం భోక్తేత్యాహుర్మనీషిణః (1.3.3-4)

ఐదు గుర్రాలచే గుంజబడే ఒక రథం ఉంది అని ఉపనిషత్తులలో చెప్పబడింది; ఆ గుర్రాలకు నోటియందు పగ్గాలున్నాయి; ఆ పగ్గాలు రథ సారథి చేతిలో ఉన్నాయి; ఆ రథం వెనుక భాగంలో ఒక ప్రయాణీకుడు ఉన్నాడు. అసలైతే, ఆ ప్రయాణికుడు, రథ సారధికి దిశానిర్దేశం చేయాలి; సారధి అప్పుడు పగ్గాలతో గుర్రాలకి దిశానిర్దేశం చేయాలి. కానీ, ఇక్కడ, ప్రయాణీకుడు నిద్రపోతున్నాడు, కావున గుర్రాలు తమ ఇష్టానుసారం ఉన్నాయి.

ఈ ఉపమానంలో, రథం అంటే శరీరం; గుర్రాలు అనేవి ఐదు ఇంద్రియములు; గుర్రాల నోటియందు ఉన్న పగ్గాలు, మనస్సు; రథసారధి, బుద్ధి; వెనుక కూర్చున్న

ప్రయాణీకుడు, శరీరంలో ఉన్న జీవాత్మ. ఇంద్రియములు (గుర్రాలు) భోగాలని కోరతాయి. మనస్సు (పగ్గాలు) ఇంద్రియములపై (గుర్రాలపై) నియంత్రణ చేయటం లేదు. బుద్ధి (సారధి) పగ్గాల (మనస్సు) లాగుడుకి వశమైపోయింది. కాబట్టి భౌతికంగా బద్ధుడై ఉన్న స్థితిలో, అయోమయానికి గురై ఉన్న జీవాత్మ, బుద్ధిని సరియైన దిశలో నడిపించలేదు. ఈ స్థితిలో, రథం ఎట్లా పోవాలి అన్న విషయాన్ని ఇంద్రియములే నిర్దేశిస్తాయి. ఇంద్రియ సుఖములను జీవాత్మ పరోక్షంగా అనుభవిస్తుంది, కానీ అవి దానికి సంతృప్తిని ఇవ్వలేవు. ఈ రథంలో కూర్చుని ఉన్న జీవాత్మ (ప్రయాణికుడు) ఈ ప్రకారంగా అనాది నుండి భౌతిక ప్రపంచంలో తిరుగుతూనే ఉన్నాడు.

ఇదే విషయాన్ని హనుమంతుడి ద్వారా రావణునికి చెప్పిస్తారు రచయిత క్రింది పద్యంలో

దేహమే రథము – అశ్వములింద్రియాలు
మనసే పగ్గములు – బుద్ధియే సారథి
జీవుడెరథికుడు – గానుబరగును
ఇందులో కూర్చొని – రథికుడను జీవుడు
విషయసుఖాటవు – లందున తిరుగుచు
వివిధ యోనులను – పుట్టుచు చచ్చుచు
నుండునటంచని – తెలిసి తత్వమును
శాశ్వత సుఖమును – పొంది సుఖింపుము !!శ్రీ!!

పంచభూతములు – పది ఇంద్రియముల
పంచవాయువులు – మనస్సు బుద్ధియు
చిత్త మహంకృతి – యనియెదు నిరువది
నాల్గు తత్వముల – అమరిన దేహము
అందులో జీవుడు – పరమాత్ముండును
యుండియు జీవుడు – కర్మఫలమ్ములు
అనుభవించు గద – అజ్ఞానంబున
పరమాత్మునకవి – లేక యుండుగద

వెంకటార్యులు భగవద్గీతలో చెప్పబడిన కర్మ సిద్ధాంతాన్ని నాలుగు మాటలలో హనుమంతునిచే రావణునికి చెప్పిస్తాడు. అలాగైనా సీతాపహరణంలో తప్పును గ్రహించి మంచి మార్గములో పోతాడేమో అని.

అర్జునుడు కర్మయోగం కన్న జ్ఞానం గొప్పదని కృష్ణుడు అభిప్రాయపడుతున్నాడని తలచి తనను యుద్ధం ఎందుకు చేయమంటున్నాడో తెలియక అయోమయానికి లోనై కృష్ణుడిని అడుగుతాడు. అప్పుడు కృష్ణుడు " ఈ ఒకే యోగాన్ని సాంఖ్యులకు జ్ఞాన యోగంగానూ, యోగులకు కర్మయోగంగానూ చెప్పాను. కర్మలు (పనులు) చేయకపోవడం వలనో లేక సన్యసించడం వలనో ముక్తి లభించదు. కర్మలు చేయకుండా ఒక్క క్షణం కూడా ఉండలేరు. బయటికి నిగ్రహపరుడుగా ఉండి మనసులో మాత్రం విషయలోలుడిగా ఉంటాడో అతడిని డాంబికుడు అంటారు. ఇంద్రియ నిగ్రహం కలిగి, ప్రతిఫలాపేక్ష లేక తన కర్తవ్యాలను నిర్వహించేవాడే ఉత్తముడు. యజ్ఞకర్మలు మినహా మిగిలినవి బంధ హేతువులు". ఇక్కడ మనము యజ్ఞకర్మలు అంటే నిష్కామ కర్మలని అర్థం చేసుకోవాలి. వెంకటార్యులు బంధ హేతువులైన కామ్యకర్మలను పాప కృత్యములని అంటున్నారు. వారు ఏమంటున్నారో ఈ క్రింది పద్యంలో గమనించండి

పాపకృత్యములు – చేయుట వలన
బంధములొసగును – ప్రకృతి జీవులకు
సాత్వికకర్మలు – సలుపుచునుండిన
భవభయంబులూ – పరుగులు తీయును

అది హనుమంతుడు రావణునికి చెపుతున్నాడు, మనకు కాదు అని అనుకోకూడదు. మనందరమూ కామ్యకర్మములు చేసి బంధాలతో చిక్కుకుంటున్న వారమే.

ఇంద్రియాల గురించి శ్రీకృష్ణుడు అర్జునుడితో ఇలా అంటాడు.

ఇంద్రియస్యేంద్రియస్యార్థే రాగద్వేషౌ వ్యవస్థితౌ ।
తయోర్న వశమాగచ్ఛేత్తౌ హ్యస్య పరిపన్థినౌ ॥ 3.34 ॥

ఇంద్రియములు సహజంగానే వస్తు విషయములపై రాగ ద్వేషములు కలిగి ఉంటాయి, కానీ వాటికి వశము కాకూడదు, ఎందుకంటే ఇవే మనకు ప్రతిబంధకములు మరియు శత్రువులు. ఇదే విషయాన్ని హనుమంతుడు రావణునికి ఇలా చెపుతాడు.

దృశ్యము మిథ్యయని – దృక్కు నిజంబని
ఇంద్రియ సుఖములు – విషతుల్యములని
భావించియు పర – మాత్ముని చింతన
పరుడైయుండిన – పరమును గను గద

ఇంద్రియ సుఖాల కొరకై కదా అంతటి జ్ఞాని ఐన రావణుడు సీతను అపహరించాడు. అవి విషతుల్యములు మరియు క్షణభంగురములు. అట్టి ఇంద్రియ సుఖాలను విద్యుల్లత తో పోల్చినాడు వెంకటార్యులు. మెరుపు ఎంతసేపుంటుంది? క్షణకాలమే కదా? ఇంద్రియ సుఖాలూ అంతే.

జలబుద్బుదము – సకలభోగములు
శాశ్వతమనుచును – నీ మది తలచకు
విద్యుల్లతవలె – బోలు సంపదలు
ఆయువు క్షణములో – ఆగిపోవు గద

సర్వోన్నత భగవానుడు ఇలా చెప్పాడు: ఇది కేవలం కామం, ఇది మోహము నుండి పుట్టి, తరువాత కోపంగా మారుతుంది. ఈ లోకంలో పాపాత్ముడైన, సర్వాన్ని మ్రింగివేసే శత్రువుగా దీన్ని తెలుసుకో.

కామేష క్రోధేస రాజోగుణసముద్భవ: ||
మహాశనో మహాపాప్మా విద్యానేమిః వైరిణమ్ || 3.37||

దీన్నే వెంకటార్యులు రావణునికి అన్వయించి ఇలా చెప్పాడు.

కామక్రోధమను – ఆరు గుణంబులు
నీకు శతృవులు – ఎవరులేరు గద
అందరనొకటిగ – చూడుము నీకిక
అందరు మితృలె – యగుదురు రావణ
వాడు వీడుయను – భేదము విడిచి
సమహితతత్వము – నీ మది కనుమయ
అపుడెకల్గును – ఆత్మకు శాంతియు
శాంతిచే మోక్షము – తప్పక కలుగును

కామ క్రోధాలే శత్రువులు. అందరినీ ఒకటిగా చూస్తే అందరూ మిత్రులే. ఎవరు శత్రువులో ఎవరు మిత్రులో తీసుకున్న వానికే ఆత్మకు శాంతి, శాంతిచే మోక్షము లభించును.

సుందరకాండ సుధాగానములో అవాల్మీకములున్నవా అన్న విషయాన్ని ఇప్పుడు పరిశీలిద్దాము.

వాల్మీకి రామాయణం మూలాధారంగా, భాస్కర, మొల్ల, రంగనాథ రామాయణం మొదలైన పెక్కురామాయణాలు మనందరికీ సుపరిచితాలు. తరువాత వచ్చిన రామాయణాల్లో మూల గ్రంథంలో లేని కొన్ని విషయాలు చోటు చేసుకొన్నాయి. వీటినే అవాల్మీకములు అంటారు. దేశకాల పరిస్థితులననుసరించి ఈ మార్పులు, చేర్పులు సహజం. అలాగే పాత్ర చిత్రణ, కథా సంవిధానం వర్ణనాంశాలు సరళ భాషలో చెప్పిన రీతి అంతగా చదువుకోని వారికి కూడా అర్థమయ్యే విధంగా ఉన్నాయి.

వెంకటార్యుల వారు కడు విజ్ఞతతో మూల గ్రంథానికి అతి సమీపముగా ఉంటూనే భాస్కర, మొల్ల, రంగనాథాది పెక్కు రామాయణాలలోని పెంపులోని మంచిని గ్రహించి, గ్రామీణులు పాడుకొనే లాగ, వారికి నచ్చే నాటకీయతను కొంత జోడించి, ఎక్కడా లేకున్నను తను నమ్మిన అద్వైతాది తాత్విక జ్ఞానమును కూడా హనుమ రావణ సంభాషణలో చొప్పించి అతి మధురంగా సుందర కాండను మనకర్పించారు.

వాల్మీకి రామాయణంలో రావణుడు సీతతో ఇలా అంటాడు.

ఊర్ధ్వం ద్వాభ్యాంతు మాసాభ్యాం భర్తారం మామనిచ్ఛతీమ్,
మమ త్వాం ప్రాతరాశార్థమాలభన్తే మహానసే.

తాత్పర్యం: ఈ గడువులోగా నీవు నన్ను భర్తగా అంగీకరించకపోయినచో, రెండు మాసముల పిదప నిన్ను నా 'ప్రాతకాల భోజనార్థము వంటింటికి తీసికొని వెళ్ళి చంపివేయగలరు.

కాని మల్లికార్జున భట్టు రచించిన భాస్కర రామాయణంలోని సుందరకాండలో రావణుడు సీతతో యిట్లంటాడు. నన్నెంతో అవమానంగా పలికిన నిన్ను ఇప్పుడే చంపగలను. కానీ రెణ్ణెల్ల పైన నన్నొల్లకపోతే నిన్ను నరుకుతాను అని చెప్పి కాపలా ఉన్న రాక్షస స్త్రీలతో మీరు సీతను నాకు రెండు నెలలో అధీనం చేయండి. అటుల కాకుంటే రాక్షసులందరు చక్కగా తినండి అంటాడు.

ఇక్కడ రావణుడు తానే తింటాననడం కన్నా రాక్షసులను తినమని చెప్పడంలోనే ఔచిత్యముంది. సీతను ఎంతగానో కామించిన రావణుడు ఆమెను చంపి తినడం కన్నా ఇతరులను ఆమెను చంపమనడం బాగుంది. అలాగే రావణుని రాచ ఠీవికి కూడా అది సరిపోతుంది.

ఈ విషయములో వెంకటార్యులు మూల రామాయణాన్ని కాదని భాస్కర రామాయణములో ఉన్న విధముగానే ఇలా రచించారు.

రెండునెలలలో – సీతను మీరు
సాధన భేదన – వాదనములతో
నను పతిగా గొను – నట్టుల చేయుడు
ఆ పని కాకున్న – సంహరింపుడని ...

వాల్మీకి రామాయణంలో వారధి దాటేముందు హనుమంతుని జన్మ వృత్తాంతము జాంబవంతుడు చెప్పినట్లు ఉన్నది. హనుమంతుని శక్తి చెప్పి అతనిని ప్రేరేపించడానికి అది జాంబవంతుడు చేసిన ప్రయత్నము. కానీ భాస్కర రామాయణములో హనుమంతుడే తన జన్మ వృత్తాంతము చెప్పుకున్నట్లు ఉన్నది. అక్కడ హనుమంతుడు తన జన్మ వృత్తాంతము

చెప్పవలసిన అవసరమేమున్నది? ఈ విషయములో వెంకటార్యులు మూల రామాయణాన్నే అనుసరిస్తూ ఇలా రచించారు.

వినుపించెను ఇటు – వీరుడు వృద్ధుడు
జాంబవంతుడు – సాహస వంతుడు
మహిమోపేతుడు – మతిమంతుడును
సమయోచితముగు – సంభాషణలు
అప్సరసాంశము – నందు జనించిన
అంజనియనియెడు – నామెకు కేసరి
యను వానర కుల – వీరుడు భర్తగ
కలసి వారలు – కాపురముండగ !! శ్రీ !!

అంటే వెంకటార్యులు మూల రామాయణాన్ని యథావిధిగా అనువదిస్తూనే ఇతర రామాయణములలో ఎక్కువ ఔచిత్యమనిపించే వాటిని గ్రహిస్తూ, కొన్ని కొన్ని తానూ సొంతముగా కలిపి రచించారు అని మనం గ్రహించవచ్చు. వీరి విషయంలో అవాల్మీకములంటే ముఖ్యముగా హనుమంతుడు రావణుడికి చెప్పిన హిత బోధ. అందులో వాల్మీకి చెప్పినవే కాకుండా అద్వైత సారాన్ని ఆది శంకరాచార్యుల వివేక చూడామణి నుంచీ, రమణుల ఉపదేశ సారం నుంచీ, ఉపనిషత్తుల నుంచీ గ్రహించి మరియు ఇతర ఆధ్యాత్మిక విషయాలను భగవద్గీత నుంచీ గ్రహించి సందర్భోచితంగా వివరించారు. అదిహనుమంతుడు రావణుడికి చెప్పినది కాదు, వెంకటార్యులు మనందరికీ చెపుతున్న అత్యున్నతమైన జ్ఞాన సారము.

ఇప్పుడు వీరి రచనలో సాహితీ విలువలను ప్రస్తావిస్తాను. వీరి రచనలో ఉపమానాలు పచ్చటి బంగారులో పొదిగిన రత్నాల లాగ కాంతులీనుతాయి. వాటిలో కొన్నింటిని ఇప్పుడు పరిశీలిద్దాము.

'రామ బాణమెటు ఈ భువియందున అడ్డులేక చను ఆ రీతిగనే పారావారము దాటి లంకగని సీత క్షేమము – కనుగొని వచ్చెద' – ఈ లోకంలో రామబాణానికి అడ్డు లేదు; అలాగే నాకూ ఏదీ అడ్డు రాలేదు అని తన ప్రయాణానికి రామబాణంతో హనుమంతుడు పోలిక చెప్పాడు.

'ఉప్పర వీధిని అపుడు పోవఁగా గిరియందుండిన చెట్లన్నియును సాగనంపెడు బంధువులోయన సాగరమందున సాలుగ పడియెను'

ఎవరైనా బంధువులొస్తే కొద్ది దూరం వారితో పాటు పోయి సాగనంపడం జరుగుతుంది. అలాగే హనుమంతుడు కుప్పించి ఎగసినప్పుడు ఆ రాపిడికి అతనితో పాటు కొన్ని చెట్లు కూడా కొంత దూరం వెళ్లి అక్కడ సాగరంలో పడిపోతాయి. అక్కడ నుంచీ మారుతి ముందుకు సాగిపోతాడు. సాగనంపడానికి వచ్చిన బంధువులు ఒక చోట ఆగిపోయినట్లు ఆ చెట్లు అక్కడ ఆగిపోవడం, ఆ చెట్లను ప్రయాణము సుఖవంతము కావాలని కోరుకొనే బంధువులతో పోల్చడం చాలా హృద్యమైన పోలిక.

ఆకాశంలో పయనిస్తున్న హనుమంతుణ్ణి వెంకటార్యులు చిత్ర భానుడితోనూ, గరుత్మంతుని తోనూ పోలుస్తారు,

'నలకాసారము విధముగ నున్నది పుష్పక యానము' – పుష్పక విమానాన్ని కాసారముతో పోల్చినాడు కవి.

'కారు మేఘమును బోలు రావణు కాయము' – కారు మేఘముతో రావణుని పోలిక చేసాడు. అలాగే నివురు గప్పిన నిప్పు కణికతో సీతా మాతను పోల్చాడు.

'సరసిజ మిత్రుని కిరణ కాంతులను పర్వగ లేమిచె వీరి మోములును భాసిలకున్నవి రాత్రి యగుటచే అని తలపోసెను అంజని తనయుడు' – రావణ మందిరములోని కాంతల గురించి ఎంత మంచి పోలిక చేశారో చూడండి.

'ఉరిలో జిక్కిన లేడి చందమున కిన్నెరు బాసిన కిన్నర విధమున వెన్నెల వీడిన రోహిణి చాడ్పున ఇన్నెలతయునిటు యున్నది అకట' – రాక్షస స్త్రీల మధ్యలో ఉన్న సీతను ఎంత బాగా వర్ణించాడో చూడండి. ఉరిలో చిక్కిన జింక అంటేనే సరిపోయేది. అది చాలదన్నట్లు మరి రెండు పోలికలు వాడి ఉపమానాన్ని త్రిగుణోపేతం చేసాడు.

సీతా దేవిని మరో చోట జింకతో పోలుస్తూ ఆ పోలికను ఎంతో విస్తృత పరచిన తీరు చూడండి. 'వేటకుక్కలలో నేర్పడ చిక్కిన ఆడజింకవలె అలమట పడుచు మాటిమాటికి శ్రీరామాయని దిక్కు దిక్కులకు చూచెడి దానిని'. సాధారణంగానే జింక అటూ ఇటూ చూస్తూ ఉంటుంది. అందుకేనేమో పెద్దన మనుచరిత్రలో వరూధినితో ప్రవరాఖ్యుడు మాట్లాడుతూ 'ఎవ్వతెవీవు భీతహరిణేక్షణా' అంటాడు. అలాంటిది వేట కుక్కల చేత చిక్కిన జింక ఎలా ఉంటుందో ఊహించుకోండి. అలా ఉన్నది సీత పరిస్థితి అని, ఆమె మాటి మాటికీ దిక్కులు చూడడం శ్రీరాముని కోసమే అని హనుమంతుడు అనుకొన్నట్లు హృద్యమైన పోలిక చెప్పారు వెంకటార్యులు.

మరో ఉపమాన త్రయంలో రాముని బాసిన సీత గురించి ఎలా రాశారంటే 'మంచు గ్రమ్మిన పద్మము విధమున మైలదాకిన వస్త్రము రీతిగ త్రెంచి వైచినా తీగె చాడ్పునను వాడిన కమలము వలె కన్పట్టును'.

మరో పద్యంలో విచార వదనములోని సీతను ఎలా వర్ణించారో చూడండి.

శారద వేళల – నీరద వృతమగు
చంద్రరేఖవలె – బోలెడి దానిని
గ్రహపీడితయగు – రోహిణి విధమున
రాక్షస స్త్రీలలో – రమణి నున్నదిగ
పూవులు లేని – తీగ విధంబున
అదుసున మునిగిన – పద్మము వలెను

రాముడు లేని సీత పువ్వులు లేని తీగలాగా, గ్రహపీడితయగు రోహిణి లాగా ఉన్నదట. శారద వేళలో మేఘావృతమైన చంద్రరేఖతో సీతా దేవిని పోల్చడం ఎంతో రమ్యంగా ఉంది.

ఈ రచయిత తన జీవితములో చూచిన వాటిని ఆధారం చేసుకొని కొన్ని ఉపమానాలు వాడుతాడు. ఉదాహరణకు ఇది చూడండి 'ఎర్రగా క్రాగిన ఇనప గుండు పై పడిన జలంబుల పగిది జీవితము'. అలా పడిన నీరు పడ్డ వెంటనే ఆవిరై పోయినట్లే మనిషి జీవితము కూడా క్షణభంగురము అని ఎంత బాగా చెప్పారు! కలువ అన్న ఉపమానము మనము ప్రబంధములలో సాధారణంగా చూస్తూనే ఉంటాము. ఇక్కడ హనుమంతుడితో కాల్చబడి వివిధ వర్ణాలలో ఉన్న లంకానగరాన్ని ఎలా వర్ణించాడో చూడండి.

తెల్లని కలువ వలె – ఒకచో తెల్లగ
ఎర్ర కలువ వలె – నొకచోట నెర్రగ
నల్ల కలువ వలె – నొకయెద నల్లగ
అగుపడె నంతట – ఆపురమంతయు.

ఒక చోట రాముని వివిధ అంగాలను వర్ణించడానికి వివిధ ఉపమానాలను ఒకే పద్యంలో పెట్టి రమణీయంగా వర్ణించారు.

గజరాజము వలె – నడుచు వాడును
సింహమునకు వలె – సన్నని నడుమును
మేఘ ధ్వని వలే – కంఠ ధ్వనియును

కెంపుల వలె కను – కొలుకుల వాడును

తుమ్మెద రెక్కల బో – లు కురులను

మల్లె మొగ్గలను బో – లు దంతములును

నిగ నిగ మెరిసెడు – మేని కాంతియును

అద్దము వలెను – కపోలములుండును

ఇలా ఎనిమిది ఉపమేయాలను ఎనిమిది ఉపమానాలతో ఒకచోట పోల్చితే ఒకే ఉపమేయాన్ని ఆరు ఉపమానాలతో పోల్చిన అపురూపమైన పద్యాన్ని ఇప్పుడు చూడండి. హనుమంతునిచే కాల్చబడిన లంకానగరము ఎలా ఉన్నదంటే...

సరసీరుహములు – లేని కొలను వలె

హంసలు లేని – కాసారము వలె

దీపము లేని – గృహము విధమున

దినకరుడుండని – దుర్దినంబువలె

వెన్నెల లేని – రాత్రి విధంబున

పసుపూ కుంకుమ – లేని కాంత వలె

సోగసెంతయు చె– డి లంకా పురము

అప్పుడు చూపట్టె –అందరి కనులకు

అలంకారాలు రెండు రకములు. ఒకటి శబ్దాలంకారములు రెండు అర్థాలంకారములు. ఉపమాలంకారము ఒక అర్థాలంకారము. దానిని ఎలా ఉపయోగించారో ఇంత వరకూ చదివాము. సుందరకాండ సుధాగానము చక్కగా పాడుకోవడం గురించి రాసినది. ఇందులో శబ్దాలంకారాలు ముఖ్యము. ఇప్పుడు ఈ కావ్యములోని శబ్దాలంకారములు పరిశీలిద్దాము.

ఒక హల్లు అనేక పర్యాయములు వచ్చునట్లు చెప్పబడినచో అది వృత్త్యానుప్రాస. ఈ కావ్యములోని ఈ అలంకారానికి కొన్ని ఉదాహరణలు.

సిద్ధులు సాధ్యులు – సురలు యక్షులు

చల్లగ వీచెడు – మలయ మారుతము

నల్లము రంజిల్ల – ఫుల్లసితాంబుజ

మల్లెలు మొల్లలు – కొల్లగ పూచిన

తెల్లని పూపొద – రిండ్లను చూచుచు

రంగురంగులగు – పువ్వులతోను
చెంగుచెంగుమని – ఎగురు పక్షులతో

గమగమ లీనేడు – గంధ వాసనలు
గుమ గుమ మనియెడు – పువ్వుల పరిణామాలు

ఈ సుకుమారిని – ఈ సుమంగళిని
ఈ సురూపవతి – ఈమెను వదిలి

మొదటి పాదం చివరి భాగంలో ఏ అక్షరంతో (అక్షరాలతో) ముగిసిందో, రెండో పాదం కూడా అదే అక్షరంతో ముగిసినట్లైతే అది అంత్య ప్రాసం అవుతుంది. కొన్ని ఉదాహరణలు ఇక్కడ ఇవ్వబడినవి.

సెలవు గైకొనుచు – కపిసేనల కూడుచు
అడవుల కొండల – నన్వేషించుచు

వినుపించెను ఇటు – వీరుడు వృద్ధుడు
జాంబవంతుడు – సాహస వంతుడు

జలకుక్కుటములు – చక్రవాకములు
కలహంసలు మరి – క్రౌంచ పక్షులు

కనులకు సోంపుగ – కనపడు కాంతలు
వీనులకెంతో – విందగు పాటలు
పాడగ వినుచు – స్వాధ్యయనాదుల
సన్నుతి చేసెడు – సతులను పురుషుల

కుంభ నికుంభుల - కుంభకర్ణుని
కుమతి ప్రహస్తుని -క్రూర రావణుని

ఇలా ఉదాహరించాలంటే ఎన్నైనా ఉదహరించవచ్చు. నిజానికి అన్ని గేయాలు అలరారుతున్నాయననే చెప్పవచ్చు. ఒక్క విషయము గమనించవలసినదేమిటంటే ఇవి అన్నీ మాత్రా ఛందస్సులో ఉండి పాడుకోవడానికి అనువుగా ఉన్నాయి.

వీరు రాయలసీమ గ్రామీణులు వాడే నానుడులు, నుడికారాలు తన రచనలో వాడటం ద్వారా ఈ కావ్యాన్ని విను వారికి, చదువు వారికి దగ్గరివాడయ్యాడు. ఎవరైనా చాలా చెడ్డ వాడి గురించి మాట్లాడే టప్పుడు 'వాణ్ని పట్టి చంపినా పాపం లేదు' అంటుంటారు కోపంగా. అదే మాట రావణుని గురించి హనుమంతుడు ఇలా అంటాడు

ఈ సుకుమారిని - ఈ సుమంగళిని
ఈ సురూపవతి - ఈమెను వదిలి
ఆ సుగుణాకారుడై - న రాముడెటు
ప్రాణాల్ తనువున - బాయక నిలిపెను
ఇరువురనీగతి - విడుదల చేసిన
పాపి రావణుని - పట్టి చంపినను
పాపము లేదని - భావము నందున
నాకుదయించెను - ఈమె విషయమై !!శ్రీ!!

'విధి బలీయమైనది. అది ఎవరినీ వదిలి పెట్టదు' అని అందరూ అనుకుంటూ ఉంటారు. అదే మాటను వెంకటార్యులు సీత దయనీయ స్థితిని వర్ణించడానికి వాడుతారు

అటుల యున్నది - సీత యిచ్చట
ఆహా విధికృత - మెవరిని వదలదు

ఏదైనా గొప్ప వస్తువో, పనో వృధా అయితే అడవిని కాచిన వెన్నల అనడం పరిపాటి. అదే మాట రావణుడు సీతతో అన్నట్లు రచించారు రచయిత.

అడవినింగాచిన – వెన్నెల విధము

నీ అందమంతయు – నిష్ఫలమే గద

ఏదైనా పని సక్రమంగా జరగాలంటే కుడికాలు పెట్టి ముందుకెళతారు. ఇక్కడ మారుతి లంకా వినాశనం కోరుకుంటున్నాడు. అందుకే ఎడమకాలు పెట్టి లోని కెళుతున్నాడు.

మారుతి యంతట – ఎడమ పాదమిడి

ద్వారము దాటి – పోవుచు హనుమ

సీత రావణునితో పాపిష్ఠి రావణ అంటుంది. ఈ శాపనార్థం ఆంధ్ర దేశంలోని స్త్రీలు కోపమొచ్చినప్పుడు అనేదే.

నీసతులెంతో – పరసతులంతని

మతిలో కొంచెము – తెలియగవలదా

సర్వవినాశనమగు – యీపనిలో

పాల్పడి చెడబోకు – –పాపిష్ఠిరావణ

తెలుగు నాట స్త్రీలు నమ్మే శకునాలలో ఒకటి ఎడమ కన్ను కొట్టుకుంటే మంచి జరుగుతుందని. అదే మాట సీత నోట ...

వామనేత్రమును – వామభుజంబును

ఎడమతొడయును – ఎడమ భాగమును

తటతట అదరగ – జానకి అప్పుడు

ఆపనిమానియు – ఆలోచించెను

తెలుగు వారు తొట్టతొలుత ఎవరిని చూచినా క్షేమ సమాచారాలు అడుగుతారు. అది మన ఆచారం. అదే ఇక్కడ హనుమంతుడు పాటిస్తున్నారు.

ఆశతొనుంటిని – యన హమమంతుడు

క్షేమము తల్లీ – రామలక్ష్మణులు

నీదు క్షేమమూ –తెలిసి రమ్మని
పనుపగ వచ్చితి – రామదూతనై
కపికులపతి – సుగ్రీవుడందరును
అమ్మా! సీతా – మీ క్షేమంబును
కోరి మ్రొక్కిరీ – వానరులందరు
అంతా క్షేమము – తల్లీ అక్కడ.

రాక్షసులు తిడుతూ కొడుతూ హనుమంతుడిని తీసుకుపోతుంటే ఇంతకింత వడ్డీతో సహా తీర్చుకుంటా అని హనుమంతుడు అనే మాట మన ఆంధ్రులు ఎప్పుడూ అనే మాటే.

తిట్టుచు కొట్టుచు – నుండువారలను
హనుమంతుడు విను – చుండి వారి కని
పెట్టుకునుచు మరి – వడ్డితొ తీర్చుదు

ఎప్పుడైనా ఎవరినైనా దండించే సమయంలో 'దిక్కున్న చోట చెప్పుకో పో' అనడం ఇప్పటికీ చూస్తున్నాం. అదే మాట రావణుడు హనుమంతునితో అంటే హనుమంతుడు సకల జగాలకు ఆ దేవుడె దిక్కు అంటాడు.

ఏమిర వానర – ఎంత పొగరురా
నన్నే నీవిక – లెక్కచేయవా?
వదరుచునున్నావు – పీచమణంచెద
దిక్కు ఎవరు నీకు – తలుచుకొ ఇపుడే

దిక్కు ఎవ్వరూ – లేరని తలపకు
మీకూ నాకూ – ఎవ్వరు దిక్కు
సకల జగాలకు – ఆ దేవుడె దిక్కు
అతని భక్తులకు – భయమేయుండదు

ఏదైనా వస్తువును విరగ్గొట్టడం అంటే రాయలసీమలో తుంటలు చేయడం అంటారు. అదే మాట ఇక్కడ వాడటం చూడొచ్చు.

పరమశివుని విల్లు – తుంటలు చేసి
పరశురామునీ ద – ర్పము సడలించి

ఈ భూమ్మీద ఎంతవరకు గిరులూ నదీ నదాలు ఉంటాయో అంతవరకు ఈ రామాయణ కథ లోకంలో జీవించే ఉంటుంది.

శ్రీరామ నామంబె వినుచూ, ఆనంద శిథిలితంబుగ హృదయమగుచూ, ప్రతి నిమిషము రోమాంచమ్ము సొమ్ముగా మేనునకు, బ్రహ్మ స్వరూపుడై భాసిల్లువాడు వాల్మీకి అని పుట్టపర్తి నారాయణాచార్యుల వారు అన్నారు. రామాయణమనే అమృతభాండాన్ని మనకిచ్చిన వాల్మీకి మహర్షికి, దానిలోని సుందరకాండను కడు భక్తితో అతి సుందరముగా తెలుగించిన వెంకటాచార్యులకు వందనం.

వందే వాల్మీకి కోకిలమ్. వందే వెంకటార్య విరచిత సుందరకాండ సుధాగానం.

శుభం భూయాత్

ఇట్లు
సుధీవిధేయుడు
యన్. రవి శేఖర్ రెడ్డి

పీఠిక

మహాశయులారా, శ్రీ వాల్మీకి రామాయణమందలి సుందర కాండమును గేయ రూపముగా సులభ శైలిలో మనోహరముగా గానము చేయుటకు పండిత పామర జనులు మెచ్చునటుల రచియింప బడినది. ఇయ్యది వారు వీరు అనేక ఎల్లరు పారాయణము చేయవచ్చును. అట్లు చేయుట వలన ఫలితములేమనగా అష్ట కష్టములు, కారాగృహ నిబంధనలు, కుటుంబ కలహములు మొదలయినవేవిను కలగకుండా భుక్తి, భక్తి, శక్తి, రక్తి, ముక్తులను శ్రీ రామ భక్తుడగు ఆంజనేయ స్వామి తప్పక ప్రసాదించును అని నా దృఢ విశ్వాసము. ఇంతటి మహత్తర శక్తి ఈ సుందరకాండ యందు ఉండుటకు కారణమేమనగా ఇందు నాలుగు కోట్ల మంత్రరాజములు వెలయు చున్నవి. మరొక ముఖ్య విషయమేమనగా ఏక పాద శివాంశ సంభూతుడై, చిరంజీవియై, శ్రీ రామభక్తుడై, మహా సంగీత శిఖామణియై, సర్వ విద్యా స్వరూపుడై, భక్తుల పాలిట కల్ప తరువుయై, దుష్టులకు మహా ఘోర భయంకర రూపుడై, శిష్టులకు మహా సుందర అభయ హస్త సౌమ్య స్వరూపుడై వెలసిన శ్రీ హనుమంతుడు శ్రీ రామచంద్రుని కుశల వార్తలు శ్రీ సీతా దేవి కెరిగించి , ఆమె హృదయమందలి శోకాగ్నిని చల్లార్చి, తదుపరి సీతా దేవి సందేశము శ్రీ రాముల వారికి వినిపించి ఆయన విరహ వేదనను ఉపశమింపజేసి, సీతా రాముల హృదయములను హాయిని చేకూర్చిన గాథ యగుట వలన అంతటి మహోన్నత స్థితి నలంకరించినది సుందర కాండ.

రామాయణము జగద్విదితమే. ఇయ్యది సంస్కృతమున ఇరువది నాలుగు వేల శ్లోకములుగా సప్త కాండములుగా ప్రచేతునుని కుమారుడైన శ్రీ వాల్మీకి మహర్షి చే రచింపబడినది. దీనియందు సముద్రమున రత్నములుండునటుల సమస్త ధర్మములు ఇమిడి వున్నవి. అంతియే గాక ఇహపర సుఖములు పెంపొందించుటకు మార్గ దర్శిగా ఉన్నది. సతి పతి ధర్మములు, మాతా పితృ ధర్మములు, ఆచార్య ధర్మములు, భాతృ ధర్మములు, సేవా ధర్మములు, రాజ ధర్మములు, మిత్ర ధర్మములు, శరణాగత రక్షణా ధర్మములు, దుష్ట శిక్షణ శిష్ట రక్షణ మొదలగు ఎన్నియో ధర్మములు ఇందు ఉన్నవి.

శ్రీ రామ యనిన సర్వ పాపములు పరిహారమవునని విబుధులు వచించిరి. ఇందుకు నిదర్శనము భరద్వాజ, శరభంగ, సుతీక్ష, అగస్త్య, వసిష్ఠ, వామదేవ, విశ్వామిత్ర, వాల్మీకి మొదలగు వారు స్మరించి ముక్తి పొందుటయే. పొందటమే కాక ఈ లోకమున మహర్షులని కీర్తిని గాంచిరి. మరియు సఖ్యముచే గుహుడును, సేవచే జటాయువు, మైత్రిచే సుగ్రీవాది

వానరులు, స్మరణచే శబరి, కైంకర్యముచే విభీషణుడు, భక్తిచే పావనియు శాశ్వత సుఖము పొందిరి. మరియు ఈ కలి యుగమున రామ నామమును జపించి స్మరించి, కీర్తించి రామదాసు, కబీరు, తులసీ దాసు, మహాత్మా గాంధీ, త్యాగ రాజు, పోతన, రామ తీర్థ స్వామి మొదలగు వారు కైవల్యమును పొందిరి.

రామ అను రెండక్షరములు పంచాక్షరీ మరియు అష్టాక్షరి యందలి అక్షరములను తీసి జోడించిన వచ్చును. దీనినే తారక మంత్రమందురు. ఈ మహా మంత్రము సర్వాభీష్ట ప్రదాయిని. కల్పవృక్షము, కామధేనువు, చింతామణి ఈ మూడు కలిసినా ఇవ్వలేని వాటిని ఇవ్వగలదు అని ఆర్యులు వచించి ఉండిరి. పంచమహా పాపములనెడు పాతకములను సర్పములకు గరుత్మంతుని వంటిది. సకల రోగ నిర్మూలనకు ధన్వంతరి. ఆపదల నుంచి గట్టెక్కించుటకు నావ వంటిది.

68 సర్గలతో, గాయత్రి మంత్ర బీజాక్షరములతో, శ్రీ సీతా రాముల సౌందర్య సౌశీల్య లక్షణాది గుణములతో గూర్చి రచించిన గాథ కాన దీనిని ప్రత్యేకించి సుందర కాండ అని పేరిడిరి. మిగతా కాండలను ఆయా కథలను బట్టి పేరిడిరి.

★ ఇక నా మనవి ★

జన్మల యందు మానవ జన్మ ఉత్తమమని, పోయిన దొరుకుట దుర్లభమని తెలుసుకొని అజ్ఞాన మనియెడి నిద్ర నుండి మేల్కొని జాగ్రత్తపడండి. మనకు ఆయువు ప్రవాహము వలె పరుగెడుచున్నది. మనలను రక్షించు వారు అవసాన కాలమున మచ్చుకైనను కాన రారు. వారు వారు చేసుకున్న కర్మ ఫలము మాత్రమే వారిని రక్షించును. పుత్ర, మిత్ర, కళత్ర, భాత్ర, ధన, ధాన్య, విద్య, భల, క్షేత్రములు ఎన్ని ఉండినను అయ్యవి మన వెంట వచ్చునవి కావు. ఇవన్నియు అశాశ్వతములు. సత్య వస్తువు పరమాత్ముడొక్కడే అని తెలుసుకొని ఉపాసించి, ధన్యజీవులు కాగలరని నా విన్నపము. ఇంతకు మించి చెప్పుటకు నేను అసమర్థుడను.

ముఖ్యముగా జన్మ తరింపగోరి నేను ఈ సుందర కాండమును గాన రూపమున రచించితిని. ఇందులో తప్పులెన్నియో ఉండవచ్చును. అయ్యవి పాటింపక సారము గ్రహించి నన్ను మీ ఆప్తుని వలె ప్రేమించి మన్నింపుడు అని పండిత పామరుల కెల్లరకును నేను నమస్కరించి విన్నవించుకుంటున్నాను.

శుభం భూయాత్

ఇట్లు

బుధజన విధేయుడు

ఎమ్. వెంకటార్యులు

హితోపదేశములు

తే॥ తల్లిదండ్రుల గురువుల దైవములని
అతిథి నభ్యాగతుల భక్తి నాదరించి
సత్కరించుచు పూజలు సలుపడేని
సార్ధకము లేనిదగు వాని జన్మమవని – 1

తే॥ ధర్మగుణములు లేని యధర్ముడేని
పరుల కుపకృతి సేయని పురుషుడేని
విమలమౌ నీ సుకథలను వినడయేని
సార్ధకము లేనిదగు వాని జన్మమవని –2

తే॥ చేతులెత్తుచు దానముల్ చేయడేని
దయయు సత్యమ్ము దనలోన దలపడేని
మదిని హరిహర యననట్టి మనుజుడేని
సార్ధకము లేనిదగు వాని జన్మమవని – 3

తే॥ దైవసమముగ గురువుల దలపడేని
తనవలెను యన్యజీవుల దలచి మదిని
బాధనిడకుండి ప్రియముగా పలుకడేని
సార్ధకము లేనిదగు వాని జన్మమవని – 4

తే॥ వేదముల దెల్పబడియున్న విహితకర్మ
చేయకుండియు జగమున చెలుగునేని
మంచి వానిగ భువిని వర్తించడేని
సార్ధకము లేనిదగు వాని జన్మమవని
అనుచు బోధించు శ్రీ వేంకటార్యఘనుడు –5

సుందరకాండ సుధాగీత యొక్క పలు విధరూపములు

★ శ్రీరామ జయరామ జయజయరామ★

శ్రీ హనుమతే నమః

భక్త మహాశయులయిన వారి ప్రతి ఇంటనుండదగిన – పరమపవిత్రమగు
శ్రీరామాయణము – పంచమ కాండయని సర్వదేవతలతో కొనియాడబడి –పారాయణ –
శ్రవణ – పఠన – గానాలాపనకు ప్రసిద్ధి నొంది– కోరిన కోర్కెలనొసగుటలో
సుప్రసిద్ధమైనది సుందరకాండ

శ్రీరామచంద్ర పరబ్రహ్మణేనమః

శ్లో॥ గురుర్బ్రహ్మ గురోర్విష్ణు – గురుదేవోమహేశ్వర
గురుస్సాక్షాత్ పరబ్రహ్మ తస్మై శ్రీగురవేనమ

శ్రీ వినాయకస్తుతి

ఉ॥ మూషిక వాహనున్ గిరిజ ముద్దుల నందను విఘ్ననాయకున్
దోషములెల్లబాపు ఘను తోరపు బొజ్జయు గల్గు కాయునిన్
పోషణు మించు తేజయుతు పుణ్యు గజానను గుజ్జురూపు సం
తోషముతో దలంతు మది తోయగ యాకృతి విఘ్నశాంతికై

శ్రీ పార్వతీస్తుతి

ఉ॥ అమ్మ భవాని నామది ననారతమున్ స్మరియించుచుండి నిన్

నమ్మితి రాఘవేంద్ర జననాయక గాథ రచింపబూనితిన్
కమ్మని వాక్కులన్ చెలగి క్రమతరమ్ముగ వ్రాయునట్లు నీ
విమ్మిపు డాయువర్ధనము విద్యయు కీర్తియు వాక్పటుత్వమున్

సరస్వతీ స్తుతి

ఉ॥ భారతి నిన్మదిం దలచి భక్తి భజించెద నెల్లవేళలన్
నా రసనాలతాగ్రమున నవ్యగతిన్నటియించి ప్రేమతో
నే రచియించు రామకథ నెట్టుల నిత్తరి నిర్వహింతువో
భారము నీదియై బరగు భావము సూక్తులు నాకొ సంగవే

శ్రీ శివస్తుతి

ఉ॥ శ్రీరఘురామ తత్వమును చెప్పుమటంచని తన్ను వేడినన్
కారణికత్వమేర్పడగ కాళి ప్రియోక్తులకెంతొ సంతసం
బారగ డెందమందలరి పాపవిభూషణుడైన శంకరుం
డారయ తద్రహస్యమును నంతయు దెల్పిన నీశు గొల్చెదన్

శ్రీరామస్తుతి

ఉ॥ శ్రీరఘురామచంద్రుడు విశిష్టజనమ్ముల బ్రోచువాడునున్
సారసపత్ర నేత్రుడును శ్యామల దేహుడు ప్రేమధాముడున్
తారకనాముడున్ ఖలువిదారుడు తాపసపూజ్యుడైన సీ
తారమణీ మనోహరు డుదారకృపన్ నను బ్రోచుగావుతన్

శ్రీ జానకీస్తుతి

చం॥ జగముల గల్గజేసి నిజసంతతి గావగ లోదలంచి తాన్

నగరము బాసి సమ్మతిగ నాధుని గూడుచు నెల్ల వేళలన్
నగముల కాననమ్ముల వనాశ్రమ భూముల సంచరించుచున్
పొగరణగించి దైత్యులను పూజ్యత గాంచిన సీత నెంచెదన్.

శ్రీ ఆంజనేయస్వామి స్తుతి

శ్లో॥ మనోజవం మారుతతుల్యవేగం జితేంద్రియం బుద్ధిమతాం వరిష్టం
వాతాత్మజం వానరయూధ ముఖ్యం శ్రీరామదూతం శరణం ప్రపద్యే

గురుస్తుతి

సీ ॥ ప్రకృతుల రెంటికి పరుడుగా నుండియు
పరమాత్మ దర్శించు ప్రథిత యశుడు
అజపగాయత్రియన్ హంసమంత్రంబును
నిత్యము పఠియించు నీతివిదుడు
నేను నాదను భావ మిసుమంతయును లేని
శమదమాదులు గల శాంతపరుడు
తత్పదార్థమ్మును తరచి విశ్వమునందు
వేదాంతభేరి వాయించునెవడు.

తే॥ కేవల దయార్ద్ర హృదయ స్వభావయుతుడు
అనుభవజ్ఞాన నిలయు డానందమయుడు.
చిదచిదీశ్వరు నర్చించు చిద్విలాసు
డైన నారాయణార్యుని నభినుతింతు

స్వవిషయము

సీ॥ అజ్ఞానమును బాపి సుజ్ఞానమొసగి నన్

రక్షింప జానకీ రాముడుండ
సత్కార్యముల నన్ను జంటబాయక నెప్డు
పరిచర్య లొనరించు భార్యయుండ
కులముద్ధరింపను కొమరుడొక్కడు నాకు
హరికృప వర్ధిల్ల నమరియుండ
కుక్షికి తగినంత కొదువలేకుండగ
ధనధాన్య భూములు దనరియుండ

తే॥ మంచిచెడ్డలు గమనింప మతివహిల్ల
మరతునే భక్త వత్సలు మౌని హృదయు
నైహికాముష్మిక సుఖంబు లందగోరి
తలచి రచియించితిని హరి స్తవము గూర్చి

శ్రీ వాల్మీకి మహర్షి స్తుతి

శ్లో ॥ కూజంతం రామరామేతి మధురం మధురాక్షరం
ఆరుహ్య కవితా శాఖాం వందే వాల్మీకి కోకలం

సీ॥ కవితామతల్లి ఏ ఘనుని వాక్కుననుండి
వెయివడి నృత్యమ్ము సలుపుచుండు
శ్రీరామచంద్రుడు చిదచిదీశ్వరుడని
శ్రీరామ కథను రచించెనెవడు
ద్వైతమార్గమును అద్వైతమార్గమ్మును
ప్రజలకు చూపించి పరగెనెవడు
ముక్తికాంతామణి మోహించినెవనితో
రమియించి మది ననురక్తియుండు

శ్రీ వేదవ్యాస స్తుతి

తే॥ సత్యశీలాది గుణములు చాల నొప్పి
నపర బ్రహ్మమయను కీర్తినలరు చుండు
భగవదంశ స్వరూపుడై నెగడుచుండు
వ్యాస భగవంతునెంతు విశ్వాసముంచి

సుకవుల ప్రార్థన

తే॥ రామచరితము తెనుగున రమ్యముగను
రచన జేసిన యట్టి యా రంగనాథ
మొల్ల భాస్కర కవుల వేనోళ్ళ మిగుల
ప్రస్తుతించుచు భక్తితో ప్రణుతులిడుదు.

కుకవులకు వందనములు

తే॥ విప్పిచెప్పెడు నంతటి విద్యలేక
నూరకను తప్పు లెన్నుచునుందు రుర్వి
నట్టి కుకవుల నందర నభినుతించి
వందన మొనర్తు నా బుద్ధి వదలుటకును

విన్నపములు

ఉ॥ తప్పులునుండు పెక్కులుగ తప్పుగ మీరవిపాటి చేయకన్
ఇప్పుడు నీ కథన్ వినుతు నింపుగ రాఘవ నాలకింపుమా
యెప్పుగ వ్రాయునంత మతి యుండునె పామరుడైన నాకు నీ
గొప్పతనానకున్ తగిన కూర్మిని జూపుచు బ్రోవు మీకృతిన్

కం॥ వ్రాయునది రామకథ యగు
వ్రాయించెడివాడు రామభద్రుండగు నే
వ్రాయునది భవహరమ్మగు
వ్రాయుదు వేరొండు కథను వ్రాయుటమేలా

ఉ॥ 'రా'యను యక్షరంబు ముఖరంగ తటిన్ నటియించి నంతనే
బాయునఘంబు 'మా'యన కవాటగతిన్ జొరనీదభేద్యమై
నాయఘహారి తారక మహత్తర మంత్రమునున్ స్మరించి 'రా
మాయనమో' యటంచు కుసుమాంజలి గూర్చి యుపక్రమించెదన్

శ్రీ సుందర కాండ సుధా గీత

అరిషడ్వర్గములకు మహా- ఘాత
శ్రీ వాల్మీకి మహా మునీంద్రుని- వ్రాత
భక్తులయిన ముముక్షువులకు- చేయూత
అహంకార మమకారములకు- కోత
రాక్షస స్వభావములకు- వాత
రాగ ద్వేషములకు- మూత
దైవ సంపదకు- అధినేత
సర్వ ధర్మములకు- పోత
సకల శుభములొసంగి రక్షించు- మాత

1. సుందర కాండము - శుభదాయకము
వీనుల కింపుగ - వినువారలకును
ఇందుధరుడు - మదియందున మరువక
మానసమున - ధ్యానించిన కథ ఇది
పవలు రాత్రియును - పఠన చేసినచొ
ఇహపర సుఖములు - ఇచ్చునదియునై
భవ బంధనములు - బాపి అంత్యమున
పరమాత్ముని కడ - చేర్చు గాథ ఇది!! శ్రీ!!

★ సుగ్రీవుడు సీతను వెదకుటకై వానర వీరుల పంపుట ★

2. ప్రస్రవణంబను – పర్వతంబుపై
రామ లక్ష్మణులు – సుగ్రీవుండును
కపులతో కలసీ – సీతా దేవిని
వెదకుటకై – సుగ్రీవుండిటులనె
తారాసుతుడును – తారుడుపనసుడు
మారుతి ద్వివిదుడు – జాంబవంతుడును
గజుడుగవాక్షుడు – గంధమాదనుడు
మైందుడు నీలుడు – మొదలగు వారితొ!! శ్రీ!!

3. దక్షిణ దిశగా – తరలిపోయి శ్రీ
సీతాదేవిని – వెదకి రమ్మనీ
గడువొసంగి నెల – గడచిన రానిచొ
వానిని చంపుదు – నని కపిపతియన
అంతట రాముడు – ఆంజనేయుని
చెంతకు రమ్మని – చేరదీసి తన
అంగుళీయకమును – అప్పుడు తీసి
ఇచ్చి సీతకిది – నీవు రమ్మని!! శ్రీ!!

4. కార్య భారమును – కపికుల తిలకా
నీపై నున్నది – నెటు చేయుదువో
అనినిను నామది – నమ్మియుంటి గద
అంజని సుతయన – అంతట పావని
రాముని సుగుణా – ధాముని ముద్రిక
ప్రియమున గైకొని – శ్రీ రాములతో
సెలవు గొనుచు – కపిసేనల కూడుచు
అడవుల కొండల – నన్వేషింపుచు!! శ్రీ!!

★ వానరులు సీతను వెతుకుటకై పోవుట ★

5. దప్పిచె వారలు – తహతహలాడుచు
చేరి స్వయంప్రభ – సన్నిధి కపులు
ఆమెచె అందరు – సత్కరింపబడి
అంత మహేంద్రము – అను గిరిజేరి
వార్ధి తీరమున – వానరులపుడు
ఆసీనులుగా – నందురుండు తరి
సీతను చూడని – కతమున నెల్లరు
దీనవదనులై – దిగులు పొందగా!! శ్రీ !!

★ అంగదాది కపులు సీత విషయమై విచారించుట★

6. తారా సుతుడు – ఉదార స్వభావుడు
భుజబల విక్రమ – భూరి తేజుడును
వానర పతియును – వాసవ నిభుఁడును
వనచరులను గని – అనె యీ రీతిగ
కపివరులారా – సీత విషయమున
గడువు స్వయంప్రభ – కడన తీరెగద
కఠినుడు కపిపతి – కడచేయును కద
ఎటుజని మనుదుము – ఏ గతి మనకిక!! శ్రీ!!

7. అచటికి పోయి – సుగ్రీవునితో
ప్రాణాలు బాయుట – కంటెను ఇచ్చట
చచ్చుట మేలని – తలచెద నామది
మీయభీష్టమెది – నెఱిఁగింపుడు యన
ఆ వాక్కులు విని – వానరులందరు
హాయని ఏడ్చుచు – అసువులు బాయఁగ
నందరుండు తరి – అప్పుడు సంపాతి
సీత యుదంతము – నంతయు తెల్పగ!! శ్రీ!!

8. వాలి కుమారుడు – వార్ధి దాటగల
వానరులెవరన – వారొకరైనను
దాటలేమనుచు – దుఃఖ హృదయులై
ఊరకుండిరి – వానరులందరు
ఏకాంతంబున – ఏకమనస్సున
ఈ కార్యమునే – నెటు జేయుదునని
ఆ కమలాక్షుని – రాముల తలచుచు
స్మరణ చేయు – హనుమంతుని కనుగొని!! శ్రీ!!

9. వినుపించెను ఇటు – వీరుడు వృద్ధుడు
జాంబవంతుడు – సాహస వంతుడు
మహిమోపేతుడు – మతిమంతుడును
సమయోచితముగు – సంభాషణలు
అప్సరసాంసము – నందు జనించిన
అంజనియనియెడు – నామెకు కేసరి
యను వానర కుల – వీరుడు భర్తగ
కలసి వారలు – కాపురముండగ!! శ్రీ!!

★ జాంబవంతుడు హనుమంతుని ప్రశంసించుట★

10. సంతతి లేని – కారణమున పతి
స్వాంతము నందున – చింత చేయగా
పతి అభిలాషను – తీర్చగ నెంచీ
అనిలుని గూర్చి – అంజనీ దేవి
తపము చేయగా – పవనుడు మెచ్చీ
సంతోషముతో – ఫలమునొసంగగ
ఎవరది నా వ్రత – భంగమొనర్చిరి
అని అంజని యన – వెంటనె పవనుడు!! శ్రీ!!

11. నీదు తపంబును – నీ రూపమ్మును
వీక్షించియు – నీ ఇష్టము తీర్పగ
చనుదెంచితి నేన్ – వాయుదేవుడను
నీ వ్రత భంగము – కలుగదు వినుమని
అన్నిటియందున – నాతో సముడగు
ఆత్మజుడొక్కడు – కల్గును నీకని
కరుణతో వరము – నొసగి పోవఁగా
అంతట నామెకు – నీవుదయించీ!! శ్రీ !!

12. ఆకలి చిచ్చున – హాయని ఏడ్వగ
అమ్మ ఫలంబుల – కొరకై పోవఁగ
అప్పుడు ఆకస – వీధికి పోయి
సూర్యుని పండని – మ్రింగ బోయితివి
అంతటి వానికి – ఎంత యీ వారధి?
దాటి లంక గని – సీతను చూచీ
వచ్చి మమ్ములను – సంరక్షింపుము
వాతాత్మజ నీ – వలన యగునని!! శ్రీ!!

★ ఆంజనేయుడు కపివీరులతో విజృంభించి పలుకుట ★

13. వినిపింపగ హను – మంతుని జననము
వీరుడు మారుతి – సరుగున లేచి
పర్వతంబు వలె – దేహము పెంచీ
వాలము నంతట – వసుధను మోదీ
మందర గిరివలె – మారుతి కాయము
వాసవ ధ్వజమన – వాలమునమరి
బాలభానురుచి – పగిదిగ ముఖము
దంష్ట్రలు వజ్రా – యుద్ధమును బోలి !! శ్రీ !!

14. పదఘట్టనకూ – పర్వత రాజము
గడగడ లాడుచు – నుండగ నప్పుడు
గిరియందుండిన – నవనీరుహములు
పుష్పములెల్లను – జలజల రాలగ
శిలలు డొల్లగా – శిరములు పగిలి
సర్పరాజములు – విషములు గ్రక్కగ
గిరియందుండిన – నాగనభశ్చరు
లందరు భయపడి – నభమున కెగురగ!! శ్రీ !!

15. సిద్ధులు సాధ్యులు – సురలు యక్షులు
గరుడులు చూచీ – కరువలిసుతుపై
పుష్ప వర్షమును – కురిపింపగ మరి
మలయ మారుతము – మెల్లగ వీవగ
కపులను గాంచీ – గర్జించి పలికెను
వార్థిని దాటి – చూచెద సీతను
కానగ రానిచొ – కాయము వదలి
నేగుదు స్వర్గము – నిజమిది వినుడని !! శ్రీ !!

16. రామనామమును – రాత్రింబవలును
ఏమరకెప్పుడు – ధ్యానమొనర్చిన
వారల కార్యము – లెన్నడు విఘ్నము
గాక ఫలించును – సర్వ కార్యములు
తన పనిఎట్టుల – కుంటుపడదు గద
అని మది తలతును – అనవరతమ్మును
కార్య విఘాతము – గాకను మీరలు
ఆశీర్వాదములిచ్చి – పనుచుడని!! శ్రీ!!

17. రామబాణమెటు – ఈ భువియందున
అడ్డులేక చను – ఆ రీతిగనే
పారావారము – దాటి లంకగని
సీత క్షేమము – కనుగొని వచ్చెద
ఇంతకు రాముల – ముద్రిక నాకిక
నండగ నుండగ – భయము లేదు గద
మీరు చూడగా – గగన మార్గమున
క్షణములో పోయి – వచ్చు వాడనని !! శ్రీ !!

★ హనుమ వానురులచే ఆశీర్వాదములు గొని వార్దిని దాటుట ★

18. వానరులందరు – మారుతి శుభమును
కోరుచు జేజేల్ – సల్పుచునుండగ
మారుతి అప్పుడు – వార్ధి కెదురుగ
దక్షిణ దిశగా – నిలచి రాములను
తల్లిదండ్రులను – తనలో దలిచీ
కాయము వంచీ – కరముల నూదీ
కాళ్ళతొ తన్నగ – నూగి పర్వతము
నుర్వికి కృంగగ – కుప్పించి ఎగురుచు !! శ్రీ !!

19. ఉప్పర వీధిని – అపుడు పోవఁగా
గిరియందుండిన – చెట్లన్నియును
సాగనంపెడు – బంధువులోయన
సాగరమందున – సాలుగ పడియెను
గగన మార్గమున – గరుడుని వలె చన
కాయము జలనిధి – కానుపించెను
వెడల్పు మూడుగ – పొడవు ఏడుగను
యోజనమెప్పుచు – నీడయునుండగ!! శ్రీ!!

20. తారకనామము – దలచుచు మారుతి
నరుగుచుండగా – అమరులు తమలో
లంకా పురిగల – లంకిణి మొదలగు
రక్కసులలొ నెటు – రాగలడితడని
చూతము అని సుర – మాతను సురసను
చేరబిలిచి కథ – చెప్పి పంపగా
చని హనుమంతుని – చూచి మర్యాదగ
మంచి మాటలతొ – మందలించెనిటు !! శ్రీ !!

★హనుమంతుని సురస అడ్డగించుట★

21. కపివర విను నేను – ఆకలి బాధతొ
అలమట పడి ఇపు – డరుగు దెంచితి
నెయ్యముంచి – ఆహారము గమ్మని
సురస పలుకగా – చనువుగ ఇటులనె
అమ్మా నీదగు – ఆకలి దీర్పగ
కాలము కాదిది – నేను శ్రీ రాముల
కార్యము తీర్చుట – కేగుచుంటి గద
తిరిగి వచ్చు తరి – తీర్చెద నీ పని !! శ్రీ !!

22. అని ఇటులాడగ – ఆగుము పోవకు
అడ్డగింతునని – అప్పుడే సురస
ఘోర రూపమున – క్రూరత నిల్వగ
మారుతియప్పుడు – కడు ధైర్యముతో
పది యోజనములు – దేహము పెంచగ
ఇరువది యామడ – సురస పెరుగగా
ముప్పది నలుబది – ఏబది అరువది
డెబ్బది ఎనుబది – ఇర్వుర తనువులు !! శ్రీ !!

23. కడు భీకరముగ – కానుపింపగ
దుడుకు తనముతో – పనికాదనుకొని
కడు సూక్ష్మంబగు – కాయము దాల్చి
వదనము నందున – చొచ్చి వెడలంగ
అరెరే హనుమా – మెచ్చవచ్చునిను
నిన్ను కన్నది – ఏ తల్లియో
నీదగు సూక్ష్మపు – బుద్ధికి మెచ్చితి
సుఖముగ పొమ్మని – ఆశీర్వదించుచు!! శ్రీ!!

24. దేవమాతనని – దేవతలంపగ
వచ్చినదానను – హనుమా పోయద
ననవిని మారుతి – అభినందనములు
నాచరించి పయ – నింపగ నంతట
సాగరంబులో – దాగియుండిన
మైనాకునితో – పలికె సముద్రుడు
సగర కులంబున – జననమొందిన
రాముని కార్యము – నెరవేర్చుటకై!! శ్రీ!!

25. అదుగో మారుతి – పోవుచునున్నాడు
ఊరక యుండుట – ధర్మము గాదది
తగిన రీతి ఆ – తిథ్యము నిడ తగు
పోవుము శీఘ్రమె – నా యానతిగొని
వారికులంబున –వసుధ జనించిన
వారిచే సాగరు – డైతిని కావున
వారి వంశజుడు – శ్రీరాముండగు
యోపిన మేరకు – సాయము జేతము!! శ్రీ!!

26. దేవేంద్రుడు వ - జ్రాయుధంబుతో
నీ రెక్కలను త్రుం - చు సమయమున
విసరెను నిన్ను - వాయుదేవుడు
అందువలన ని -న్నరసి బ్రోచితిని
వాయుదేవుని - కొమరుడె మారుతి
ఫలములు గొని చని - భక్తితొ నొసగిన
పవనుడొనర్చిన - పనికుపకారము
చేసిన వాడని - ఖ్యాతిని గనుమన!! శ్రీ !!

27. సత్కార్యములయందు - సతతము
తోడ్పడు వారికి - దివిజులు సైతము
మేలొనగూర్చుదు - రనుమాటకునిది
చాలిన సాక్ష్యము - ఔనని ఇంద్రుడు
మారుతి కతమున - మైనాకునకు
వరము నొసంగుచు - నాకు మిత్రుడవు
భయము లేక ఇక - మీదట భువిలో
సంచరించుమని - ఇంద్రుడు పల్కగ !! శ్రీ !!

★హనుమతో మైనాకుడు సభాషించుట★

28. మానవ రూపము - మైనాకుడు గొని
హనుమంతునకు - అడ్డము నిలువగ
వానిని ఢీకొన - దద్దరిల్లి పడి
ప్రణతు లొసంగుచు - పలికెను యీవిధి
కేసరి తనయా - నీ యెడ దోషము
చేసెడి వాడను - కాను నాయనా
మీ శ్రమ తీర్చుట - కేను ఫలంబులు
తెచ్చితి మెసఁవుము - సచ్చరితాగ్రణి !! శ్రీ !!

29. అనవిని మారుతి – ఆత్మలో మెచ్చి
అనియెనతనితో – తాకుతు ఫలములు
మెసవిన రీతిగ – మనసున తలపుము
కార్యము ముగిసిన – గాని తిననుగద
వ్రతమదినాయది – మైనాకాయన
యీ విషయంబును – విని దేవేంద్రుడు
ఇదియు మొదలుగా – నిను రక్షించితి
మాపనికరిగెడు – మారుతి కతమున !! శ్రీ !!

30. ఆనిచన ఇంద్రుడు – పావని యాకస
వీధిని పోవుచు – ఆలోచించెను
వననిధి యందున – పెద్దభూతమో
కలదని కపిరాజు – పలికియుండె కద
యీ భూతమె అని – ఆంజనేయుడు
దీనికి తగినా – పనిచేయుదునని
రాముల తలచుచు – రయమున నేగుచు
ఇదియేమిదియని – చూచుచుండగ !! శ్రీ !!

31. ఆకలిగొని – నాకిప్పుడు వీనిని
భక్షించెదనని – యబ్ధిలోనుండిన
సింహిక యను – పెను రాక్షసి యంతట
చెచ్చెర కపికుల – సింహుని ఛాయను
పట్టి లాగగా – వేగము సుడి వడ
వెరచి వాయుజుడు – ఏమిది చిత్రము
ఎవరు లేరు ఇట – యనుకొనునంతలో
ఆహారంబుగ – అపుడు మ్రింగఁగ !! శ్రీ !!

★ హనుమ సింహికను చంపి సువేలాద్రి యందు విహరించుట ★

32. రాక్షసియుదరము – లోననుండి కపి
ప్రేవులు త్రెంచీ – పొట్టయు చీల్చి
శీఘ్రము వెలువడి – చిత్ర భానువలె
అంబర వీధిని – తిరుగుచు నుండీ
నావలి తీరము – హనుమంతుడు గని
అమితానందము – పొందుతు మెల్లగ
దిగియు లంకగని – గగ్గురు పాటును
గల్గుచు తన శ్రమ – తీరగ తిరుగుచు !! శ్రీ !!

33. ఒక కార్యము ఇక – చక్క బడినది
వేరొక కార్యము – యున్నదిగద నా
కెన్న తరమె – ఈ లంకా నగరము
వెలుపల నున్న – ఆరామములూ
పచ్చిక బయలులు – సైకత స్థలములు
కాసారమ్ములు – కాంచన మణిమయ
గోపురములు గల – యీ పురి సొగసూ
ఎంత చిత్రముగ – నున్నది ఆహా !! శ్రీ !!

34. నగరము వెలుపల – నగుపడు వనముల
కలయ తిరుగుచూ – కమనీయంబగు
పుష్ప లతాగృహ – పుంజములగు ఫల
వృక్ష జాతులను – చూచెను మారుతి
సాల రసాల – నారికేళములు
నిమ్మ పనస మా – రేడు నేరేడులు
ఖర్జూరంబులు – కదళీరుహములు
మాతులుంగలవం – గ జామలను !! శ్రీ !!

35. మల్లెలు మొల్లలు – సన్నజాజి విరి
పొన్నలు గన్నెర – చేమంతులును
రంగురంగులగు – గులాబి పువ్వులు
సొగసుగ కనులకు – నగుపడు సుమములు
కలకలమనియెడి – చిలుకల పలుకులు
మిలమిల మెరిసెడి – తుమ్మెద రొదలును
మధుర స్వరంబుల – మైమరిపించెడు
కోయిలరవములు – చెవులకింపుగా !! శ్రీ !!

36. చల్లగ వీచెడు – మలయ మారుతము
నుల్లము రంజిల్ల – ఫుల్లసితాంబుజ
మల్లెలు మొల్లలు – కొల్లగ పూచిన
తెల్లని పూపొద – రిండ్లను చూచుచు
కమ్మని జలముల – కాసారంబులు
గుమగుమలీనెడు – గంధ వాసనలు
నిగ నిగ మనియెడు – ఇందీవరములు
అందముగా కను – పండువగా కని!! శ్రీ !!

37. జలకుక్కుటములు – చక్రవాకములు
కలహంసలు మరి – క్రౌంచ పక్షులు
బాతులు బకములు – పలురకమ్ములగు
పక్షులు నీటిలో – మునుగుచు తేలుచు
ముచ్చటగా అవి – అటు ఇటు తిరుగుచు
అలల నూగుచు – నుండచూచి మది
సంతస మొందుచు – శ్రీ హనుమంతుడు
మెచ్చుచు వాటిని – మేల్ మేల్ మేలని !! శ్రీ !!

38. పచ్చిక బయలుల – విచ్చల విడిగ
విహరించుచు తను – ఇసుక తిన్నెలలో
మెచ్చి సువేలము – నెక్కి చూచి పురి
ముక్కున వ్రేలిడి – అబ్బుర పడుచును
సుందరమైన – మందిరములను
అందములయిన – మేడలగద్దులు
ఆకాశమంటెడు – కోట బురుజులు
మేటి కవాటము – లాటమలలను!! శ్రీ!!

★ హనుమ లంకను చూచి ఆశ్చర్య పోవుట ★

39. అమరావతిబోలు – నగరమిది
అందమునందున – నగుపడు చూడగ
ఇందిర మిచ్చట – నిలయముగా గొని
నిలిచియున్నదని – పలుకవచ్చును
అని కొనియాడుచు – అప్పుడు మారుతి
యీ పురి జొరగా – ఇప్పుడు కాదని
అర్కుడు క్రుంగిన – అనుకూలముయని
అనుచుండగనే – నారవిగ్రుంకగ!! శ్రీ!!

★ మారుతి లంకిణిని జయించి లంకలో ప్రవేశించుట ★

40. ఇప్పుడు సమయము – యీ పురి జొరగా
ఇనకుల దీపకు – పని సాగింపను
ఈ రూపముతో – ఈ నగరమ్మున
జొచ్చి తిరుగుటా – సాధ్యము కాదని
కార్యభంగమూ – యౌనని మదిలో
పవనతనూజుఁడు – పర్వతమ్ము వలె
వున్న రూపమును – క్రన్నన సూక్ష్మము
గాను చేసుకొని – పోవతలంచీ !! శ్రీ !!

41. మారు రూపమున – మారుతి నగర
ద్వారము దగ్గర – చేరి కాలిడగ
కావలి యుండిన – కాంత లంకిణి
కనుగొని హనుమను – గర్జించి పలికెను
ఎవ్వరి వాడవు – ఎందులకీ పురి
కరుగుట కారణ – మేమో తెలుపర
భయమిసుమంతయు – లేక లంకలో
ఎటుల పోయెదవు – ఏమనుకుంటివి !!శ్రీ!!

42. కావరముననను – కాదని వాకిట
కాలు నుంచెదువు – యమ పురమునకు
పంపెద నిన్నని – లంకిని గ్రుద్దగ
హనుమ వెంటనే – మహా రోషమున
పర్వతంబు వలె – దేహము పెంచీ
గర్జించి పలికెను – ఆ లంకినితో
లంకా పురము – అందమైనదని
చూడ వచ్చితిని – చూచి పోదునని !!శ్రీ!!

43. అకళంకాత్ముడు – ఆత్మవిధుడును
అనుపమ గుణగణ – అసమానము నగు
తేజో ఘనుడును – దివ్య ప్రభావుడు
దినమణి కులమణి – దేవుడు రాముని
దాసుడు మారుతి – ధర్మాధర్మము తెలిసినవాడుగ
తాను యుండియూ – ప్రతిక్రియ చేయక
కనలి కొంతమది – కనికరముంచీ
హతము చేయగా – మంచిది కాదని !!శ్రీ!!

44. స్త్రీ అని దయతో – ప్రాణాల్ తీయక
లంకిణి నెదపై – తన పిడికిలితో
పొడువగ పడి భువి – నెత్తురు గ్రక్కుచు
విలవిల ప్రాణము – తనకలాడుచు
సోలుచు మూల్గుచు – మూర్ఛల దేలుచు
కలవరపడుచూ – కొంతసేపటికి
మెలుకువ గలిగీ – లేచి మారుతిని
శరనని కోరగ – సంరక్షించగ !!శ్రీ!!

45. వైవస్వతుడను – మనువు కాలమున
త్రేతాయుగమున – సూర్యవంశమున
ఆది విష్ణువూ – అవని మర్త్యుడుగ
రామ నామమున – పరిఢవిల్లుచును
జనన మొందియూ – జానకి దేవీతో
పంచవటిలో –నివసించి యుండగ
రావణుడామెను – నపహరించుటయు
అదియు నెపమ్మగ – అంతము వీడని !!శ్రీ!!

46. అంతట లంకిణి – ఓ కపివర్యా
అతివల జంపరు – ఆర్యులు గావున
నిన్ను శరణంటిని –నసుకావుము దయ
నీవు బలాఢ్యుడ – నీవు శూరుడవు
వనచర మీరెవ – రగుదురొ తెలియదు
బ్రహ్మ పల్కె – మునుకొన్ని వాక్యములు
రణమున నీ బల – మణచునెవ్వడు
అప్పటికీ పురి – నాశనమగునని !!శ్రీ!!

47. పలుకగ లంకిణి – పావని విని తన
పని క్రమంబును – వినిపించుచు తను
రామదూత నని – రవి తనూజునకు
మంత్రి నౌదునా – పేరు హనుమయని
అనిలున కౌరసు – దంజని తనయుడ
అనవిని లంకిణి – ఆత్మలో మెచ్చి
అరిగి లంకలో – సీతను చూచి
తిరిగి క్షేమముగ – మరలి పోవు మన !!శ్రీ!!

48. మారుతి యంతట – ఎడమ పాదమిడి
ద్వారము దాటీ – పోవుచు హనుమ
రాత్రి కాలమున – రాత్రించరులను
తిరుగుచు నుండెడు – వారల చూచెను
కడుభీకరమగు – కాయములుంగల
కర్కశ చిత్తుల – కఠిన దేహులను
వికృత రూపులగు – వివిధోపాయుల
విచ్చలవిడిగా – తిరుగెడువారల !!శ్రీ!!

49. నల్లని కాయుల – నడి బలశాలుల
గల్లని కేకలు వేయుచు – తిరిగెడు
రక్కసులను గని – నక్కపివర్యుడు
తలగుచు చూచుచు – తత్తరిల్లకను
కంటికి రెప్పగ – కాచుచు లంకను
కావలి యుండిన – వారల చూచుచు
తన పని మాత్రము – మానక వెదకుచు
తారసిల్లకను – రాత్రి కాలమున !!శ్రీ!!

★హనుమ లంక యందుందు రాక్షసుల జూచుట★

50. అద్ద కత్తులను – దుద్దు కట్టెలను
ముసల ముద్గర – భిండి వాలముల
చేతబట్టుకొని – చిర చిర లాడుచు
రభసము గా నొప్పు – రాచబాటలలో
వీణా రవములు – వేణు నాదములు
కిలకిల నవ్వేడు – కలకల ధ్వనులు
వజ్రాంకుశములు – కుడ్య జాలములు
భూషణ రాజచె – నొప్పు గేహములు !!శ్రీ!!

51. శారదకాలము – వారిదములగతి
నొప్పు మేడల – రుచిరజాలములు
స్వస్తిక పద్మ – నాఖ్యల నొప్పెడి
రాక్షస కూటము – లను కని మారుతి
చిత్రమాల్య భర – ణాంచితములచే
చిత్రభాను గతి – భాసిలు లంకను
చూచి భాగ్యోన్నతి – కెంతో మదిలో
మహిమకు మెచ్చుచు – ఆనందించెను !! శ్రీ !!

52. కనులకుసొంపుగ – కనపడు కాంతలు
వీనులకెంతో – విందగు పాటలు
పాడగ వినుచూ – స్వాధ్యయనాదుల
సన్నుతి చేసెడు – సతులను పురుషుల
రాజమార్గముల – రాత్రి కాలమున
రాక్షస గృహముల – రామదూతగని
సీతా మాతను – వెదకుచు మారుతి
వీధుల వేధుల – వీక్షించుచు మరి !! శ్రీ !!

53. దివిజ కాంతలకు – దీటగు మగువల
దివ్య భూషణాల్ – దాల్చిన స్త్రీలను
వికృతాకారుల–కొందర గాంచుచు
వీరుడు కపికుల–శూరుడు నంతట
చాపర మాంత్రిక –స్వరముల కంఠా
రవములు బహు విధ –నాదములను విని
జటిలుల ముండుల–వృషభ చర్మముల
దాల్చిన దనుజుల–కొందర చూచుచు !!శ్రీ!!

54. వికట కరాళుల – విపుల కోదండుల
వికృత ముఖంబులు – గల వారలను
ఒంటి కన్నుచెవి – ఒక్క కరంబును
నుండెడు సతులను – పురుషుల గాంచీ
ముసల ముద్గర –భిండి వాలముల
చేతబట్టుకొని – రావణునాజ్ఞను
లంకానగరము – కదు జాగ్రతతో
కావలి యుండిన – మూలబలంబును !!శ్రీ!!

★ ఆంజనేయుడు లంకలో సీతను వెదకుట ★

55. రాజ మార్గముల – రమణీయంబగు
క్రీడా గృహములు – వీక్షించుచు మరి
కేళీ గృహముల – పానశాలలను
పరిశోధించుచు – సీతాదేవిని
వరుస తప్పకను – వాడ వాడలను
వానర వీరుడు – రామ ధ్యానమును
మరువక శ్రీ రఘు – వీరుని కాంతను
ఏమరపాటును – పొందక రాత్రిలో !!శ్రీ!!

56. కుంభ నికుంభుల – కుంభకర్ణుని
కుమతి ప్రహస్తుని –క్రూర రావణుని
త్రిశిరు నరాంతకు –ద్రోహి మహోదరు
దుష్ట అక్షయుని – క్రూర ఇంద్రజితు
పాపి అతి కాయుని –కుటిలుడకంపను
పొగరుబోతు మక – రాక్షుని శుకుని
వజ్ర దంష్ట్రుని – ధూర్తు ధూమ్రాక్షుని
కాలనేమి మహా – పార్శ్వు నిండ్లను !!శ్రీ!!

57. విద్యుత్ జిహ్వుని – శార్దూలముఖుని
దుర్ధరు దుర్ముఖు – ప్రఘస యూపాక్షుని
సుమతి విభీషణు – సుందర గృహములు
మొదలగు రాక్షస – గృహముల చూచి
మళిగెలు మేడలు – కొలువు కూటములు
కోటలగడ్తలు – బురుజులు మణిమయ
మంటపములు మరి – నర్తనశాలలు
పాకశాలలను – పరిశోధించుచు!! శ్రీ!!

★హనుమంతుడు పుష్పకవిమానము ను చూసి అబ్బురపడుట★

58. విశ్వకర్మచే – చిత్రనిర్మాతము
మణిమయ శోభా – తుల్య నిలయములు
మేల్ మేల్ మేలని – ముక్కున వ్రేలిడి
ఆహహో హోయని – ఆశ్చర్యపడుచు
ఎంత చిత్రముగ – ఈ విమానమును
సృష్టి చేసెనొకొ – సురపురి దీనికి
సాటి కాదు యని – ఆంజనేయుడు
సంతోషముతో – అటుఇటు చూచుచు !!శ్రీ !!

59. శారద చంద్రిక – కరణిని వెలుగుచు
శారద వేళల – నుండు మేఘములు
మీరు కాంతి గల – మేడ మేడలతొ
కనుల పండువుగ – కనచూపట్టుచు
మెరుపుల కాంతిని – మించి కన్నులకు
మూర్ఛ వచ్చినటులా – యెను హనుమకు
సుందర వస్తువు – లొకచోటుంచిన
చందము పుష్పక –యానము అందము !!శ్రీ!!

60. చిత్ర చిత్ర మగు – ధాతు చిత్రములు
కాంతుల నీనుచు –కలయ బర్వుచు
చిత్రభాను వలె – చెలగుచు నంబర
వీధి ని తిరిగెడు – సూర్యచంద్రులను
పరిహసింపుచూ – ఉన్నటులున్నది
పరమేష్టితొ ఇది – కల్పిత మగుటచే
ఇట్టి మహిమతో – ఈ విమానమిల
వెలయుటచే గద – పుష్పకమనెదరు !!శ్రీ!!

61. రంగురంగులగు – పువ్వులతోను
చెంగుచెంగుమని – ఎగురు పక్షులతొ
అంగుగ కనపడు – నలకాసారము
విధముగ నున్నది – పుష్పక యానము
నానా విధమగు – రత్న కాంతులతొ
పలు రకమ్ములగు – పక్షుల రూపము
తీర్చిన శిల్పము – లెన్నో విధముల
నున్నటు దోచెను – పుష్పకయానము !!శ్రీ!!

62. పక్షి రాజు వలె – పక్షము లుండియు
మంద రాద్రిశిఖ –రంబుల రీతిగ
ఇందిర కెనయగు – పుష్పక యానము
సౌందర్యముతో – మెరయుచు నుండీ
నిగ నిగ మెరిసెడు – మణుల కాంతులను
ధగధగ భాసిల్లు – కెంపు జాలములు
దేదీప్యముగా – తేజరిల్లునిది
దేవయానములు – దీనికి సరి రావు !!శ్రీ!!

63. మెట్లుమెట్లుగను – వుండు విమానము
మేఘము వలె చూ –పట్టు చూడగను
నిడివి యోజనము – వెడల్పు అర్థము
కలుగు పుష్పకము – మారుతి కనుగొని
ఇట్టి విమానము – ఇతడెటు బడసెనొ
ఇంద్రున కైనను – లేదుఈ భోగము
దీనిలో కూర్చుని – తిరిగెడు ప్రాప్తియు
వీనికి నెట్టుల – లభియించెనొ యని !!శ్రీ !!

64. ఘోర తపము నా – బ్రహ్మను మెప్పించి
బడసెను దీనిని – ఆ కుబేరుడు
ఈ పుష్పకమును – రణరంగమున
ధనదుని నోడించి – తెచ్చెను లంకకు
ఎక్కిచూతమని – నిక్కి చూచికపి
చక్కదనానికి – చాలా మెచ్చుకొని
అక్కజపడుచూ – ఎక్కి మారుతి
కలయ తిరుగుచూ – కనుగొనె అచ్చట !!శ్రీ !!

★ మారుతి దశగ్రీవుని చూచుట ★

65. నాలుగువైపుల – మణుల దీపములు
వెలుగుచుండె – వెదజల్లు కాంతులతొ
కనకమయంబగు – మేలి మంచమున
మెత్తని పాన్పున – మేలిముసుగునిడి
గురక పెట్టి ని –ద్రించు రావణుని
అస్త నగమ్మును – బోలు దేహమును
కల్గిన రాక్షస – ప్రభువును గాంచీ
ఝల్లని గుండెలు – జలదరింప మెయి !!శ్రీ!!

66. గమగమ లీనేడు – గంధ వాసనలు
గుమ గుమ మనియెడు – పువ్వుల పరిమళ
మొసగెడు వాటిచే – అలదిన దేహము
గల రావణుగని – కపివరుడంతట
తళతళ మెరిసెడు – రత్న భూషణాల్
ధరియింపంగ బడి – అంగము లందున
ఇరుపక్కలను – నిలచి యోధులును
అప్రమత్తతను – కాచియుండగని !!శ్రీ!!

67. కనకము రజితము – మరకతమణులును
పగడము పచ్చల – మౌక్తికములచే
పటిమగ తీర్చిన – స్తంభములన్ గల
మందిరమును గని – మదిలో ఇట్లని
తలపోసెను ఇది – ధనదుని ఇంద్రుని
యమ వరుణాలయ – ములకగు దీటుగ
అని హనుమంతుడు – ఆశ్చర్యమ్మును
పొంది మానసము – నందున అంతట !!శ్రీ!!

68. కారు మేఘమును – బోలు రావణు
కాయము నందున – గల్గు చిహ్నములు
రణమున సురలచె – నలిగి దేహమున
కాయలు గాచిన – ఖలుని రావణుని
ఐరావత మను – దంతి దంతమును
విరిగి శరీరము – లోన గుర్తుగను
దానికి చుట్టును – వజ్ర మణులచే
చెక్కిన ముద్రగా – చెలగెడు వానిని !!శ్రీ!!

69. సరసీరుహములు – బోలు ముఖంబులు
గల కాంతలను – చూచి మారుతి
కనులు మూతబడి – యుండుట నిద్రలో
యుండిన చెలువల – చూచి తలంచెను
సరసిజ మిత్రుని – కిరణ కాంతులను
పర్వగ లేమిచె – వీరి మోములును
భాసిలకున్నవి – రాత్రి యగుటచే
అని తల పోసెను – అంజని తనయుడు !!శ్రీ!!

★ హనుమ నిద్రించు రాక్షసకాంతల చూచుట ★

70. రావణు చుట్టును – రమణులు కొందరు
గాఢనిద్రలో పడి – నిద్రించెడు
కాంతల కనుగొని – కపి వరుడంతట
వారి మధ్యలో – మండోదరినీ
చూచి సీత యని – మెచ్చి రూపమున
కచ్చెరువందుచు – ఆహా ఈమెయె
సీత యేయని– ఆనందించుచు
అటు ఇటు తిరుగుచు – గానము చేయుచు !!శ్రీ !!

71. మరి ఇటు తనలో – మారుతి వెంటనె
పరిపరివిధముల – ఆలోచించెను
పరమ పతివ్రత – సీతామాత
పాపి రావణుని – పడకలొ చేరున?
పాప హేతువగు – పనికెటు మనసిడు ?
నేనీవిధముగా – నా మది దలచుట
ధర్మ సమ్మతము – కాదని తలచెద
నని హనుమంతుడు – నావలకరిగి !!శ్రీ!!

72. రాణులు నుండెడు – రాణివాసములు
రాని స్థలంబులు – రమణులు నిద్దుర
జెందెడు వారల – చెలువల చీరలు
పైట చెరంగులు – చెదరిన వారల
మగువల తనువులు – మర్మ స్థలముల
కనులతొ చూచుచు – మారుతి తనలో
నిటుల విచారణ – జేసెను తరుణుల
చూచుటచేతను – కర్మకు బాధ్యుడ !!శ్రీ!!

73. నగుదుననేనని – నదియెట్లులనగు
మనసు చలించిన – కారణుడౌదును
పాప పుణ్యములు – మనసునుబట్టి
కలుగుచుండునని – పలుకుదురార్యులు
కావున నామది – కాంతలజూచి
చెదరలేదుగద – భయమేమికయని
పావని యంతట – పరిపరివిధముల
సీతను గనలేక – వ్యధనొందుచును !!శ్రీ!!

★ హనుమ సీత కానరానందున పరితపించుట ★

74. రాముని కాంతా – సీతా మాతను
రావణు పురమున – వెదకి చూచినను
ఫలము లేదు – సంపాతి పలుకులు
అనృతములాయెను – అకటయికేగతి
సీతను గాంచీ – వేగమె రాగల
దని యాశలతో – అక్కడ నుండిన
కపివరులందురు – వుందురు నేనట
కేగియు లేదన – ప్రాణాల్ విడుతురు !!శ్రీ!!

75. అనుచు విషాదము – పొందుచు మారుతి
పరిపరి విధముల – ఆలోచించుచు
సీతను జూడక – శ్రీరాముల కడ
చేరి తెల్పినచొ – రామలక్ష్మణులు
నిట్ట నిలువునా – వారలు చత్తురు
వారు గతించిన – వానర పతియగు
భాస్కర సూనుడు – ప్రభువు సుగ్రీవుడు
తప్పక ప్రాణాల్ – విడుచుట ఖాయము !!శ్రీ!!

76. రెండు కులంబుల – వారు చచ్చెదరు
అందుకు నేనే – బాధ్యుడ నౌదును
నేనిక పోకున్న – అసువులు బాయరు
అనిమది చింతింప – నంతలోన తన
హృదయమునందున – ఉదయించెను నొక
యోచన అదుగో – పురమున కావల
యున్న అశోకపు – వనమున్నది గద
అందు చూతునని – తలచి లేచి చని !!శ్రీ!!

★ హనుమ అశోకవనమును వర్ణించుట ★

77. సాలరసాలత – మాల హింతాల
నారికేళ – మారేడు నేరేడులు
నిమ్మ పనసల – వంగ జామలను
కోవిచార ఖ – ర్జూర వృక్షములు
లేచిగురాకులు – లేత పిందెలును
పూవులు పండ్లును – గల వృక్షములును
పుష్కలంబుగ – పూచి కాచిన
ఫల వృక్షములను – చూచెను మారుతి !!శ్రీ!!

78. పొన్నలు పొగడలు – మరి విరజాజులు
సన్న మల్లె చేమంతి – బంతులును
రంగు రంగులగు – గులాబి పూవులు
పూపొదరిండ్లను – పుప్పొడి రాసులు
వింత వింతలగు – పక్షి జాతులును
చిత్ర చిత్రమగు – మృగ గణమ్మును
వ్రాలిన యాకులు – మాలిన పూవులు
తూలి వ్రాలిన – ఫలవృక్షములు !!శ్రీ!!

79. నింగికి నెగురు ప – తంగ పక్షముల
తాకిడి చేతను – ధరణికి వ్రాలిన
పూవుల నడుమ – విరాజిల్లె మారుతి
పుష్పమయాద్రిగ – పిలుపు వహించెను
మలయ మారుతము – చల్లగ వీయగ
గంధ వాసనలు – గమగమయనగ
మనసునకెంతో – హాయినొసంగగ
మైమరపించిన – విధము దోచెను !!శ్రీ!!

80. కనుల పండువుగ –కడు రమ్యముగ
కనుపించెడు యా – యశోక వనమున
కలయ తిరుగుచూ – కాంచన మణిమయ
మహిమ గొల్పు నొక – మండపమును గని
దానికి దగ్గరగా – ను నున్ననొక
శింశుపతరువును – జూచి మారుతి
నెక్కి దానిపై – నిక్కి చూచి వని
నొక్కెడ ఆకుల – మాటున నుండి !!శ్రీ!!

★ హనుమ సీతను దర్శించుట ★

81. వృక్ష మూలమును – ఆధారంబుగ
ఆసీనయై యున్న – జానకిని
వీక్షించియు హను – మంతుడు నంతట
రూక్ష మనస్కుల – రాక్షసులను గని
అమితానందము – పొందుచు మదిలో
ఆహా ఈమెయె – సీతయుఁనౌనా
కాదొకొ యని మది – సంశయ భావము
కలిగి విచారణ – చేసెను యీ విధి !!శ్రీ!!

82. ఋష్య మూకమును – పర్వత మందున
సుగ్రీవునితో – నుండగ మేము
గురుతుగ ఆనాడు – కొన్ని సొమ్ములను
మూటగట్టి మా – ముందరవైచెను
వాటికి సరియగు – సొమ్ములు యిచ్చట
నున్నవి చూడగ – ఆమెయె ఈమెయౌ
అనుమానంబును – లేదని యెంతు యీ
కోమలి కతమున – నామదియందున !!శ్రీ!!

83. రాముని దేహము – ఈమె శరీరము
నందున యుండిన – లక్షణంబులును
సాముద్రికయను – శాస్త్రము రీతిగ
చెప్పిన గుర్తులు – నొప్పియున్నవి
రాముని సతియగు – యీ రమణీమణి
అంతటి వారికి – ఇంతటి గతియా
అరెరే విధికృత – మెవ్వరైనను
దాటలేరు అని – నా మది దలతును !!శ్రీ!!

84. ఈమెకొరకు గద – ఆ మహావాలిని
ఒక్క బాణమున – క్షణములొ కూల్చి
కపి శేఖరుడగు – సుగ్రీవునకు
నొసగెను కిష్కింధ – సురలు మెచ్చగా
దండకాటవిలొ – దనుజు విరాధుని
దుష్ట కబంధుని – త్రుళ్లణంచి ఖర
దూషణ త్రిశిరుల – రూపణగించెను
రుద్ర రూపిగుణ – భద్రుడు రాముడు !!శ్రీ!!

★ హనుమ సీత దుస్థితికి దుఃఖించుట ★

85. ఇనకుల దీపకు – దనఘుడు దశరథ
నృపతికి కోడలు – జనకుని కూతురు
మనసిజ మూర్తియు – మునిజన పాలుడు
నయ గుణధాముడు – నైన రాములకు
ధర్మపత్నిగను – ధరణిలొ వెలసి
రమణీ మణులలొ – పరమ సాధ్వియని
అపర లక్ష్మివలె – అవతరించి భువి
ఇంతటి ఇడుములు – పొందవలసె గద !!శ్రీ!!

86. ఉరిలో జిక్కిన – లేడి చందమున
కిన్నెరు బాసిన – కిన్నరి విధమున
వెన్నెల వీడిన – రోహిణి చాడ్పున
ఇన్నెలతయునిటు – యున్నది అకటా
కంటికి కడవెడు – కారునీటితో
కాలువలై పడు – అశ్రుధారలతొ
కనులతొ చూడగ – కడుపుమంటబడు
కళవళించి నెటు – కాలము గడిపెను !!శ్రీ!!

87. ఈమె శోకమును – ఈమె ఏడ్పును
ఈమె బాధలు – ఈమె కష్టములు
ఈమె రూపమును – ఇపుడు చూడగా
నాకుగూడ వ్యధ – కలుగు చున్నది
రాముడు కరుణా – ధాముడు శ్రీరఘు
రాముడు దనుజ – విరాముడు ఈమెను
విడిచి అడవిలో – నెట్టుల బ్రతికెను
కఠినాత్ముండని – రామునియనుదును

88. ఈ సుకుమారిని – ఈ సుమంగళిని
ఈ సురూపవతి – ఈమెను వదిలి
ఆ సుగుణాకారుడై – నరాముడెటు
ప్రాణాల్ తనువున – బాయక నిలిపెను
ఇరువురనీగతి – విడుదల జేసిన
పాపి రావణుని – పట్టి చంపినను
పాపము లేదని – భావము నందున
నాకుదయించెను – ఈమె విషయమై !!శ్రీ!!

89. మంచు గ్రమ్మిన – పద్మము విధమున
మైలదాకిన – వస్త్రము రీతిగ
త్రెంచి వైచినా – తీగె చాడ్పునను
వాడిన కమలము – వలె కన్పట్టును
మగువ ముఖమ్మును – మనుకులదీపకు
దనఘుడు రాముడు – అతివ చెంగటను
లేకుండుటచే – ఈమె ముఖంబును
భాసిలఁకుండుట – కారణమనుదును !!శ్రీ!!

90. సకల లోకములు – నొక్కటై వచ్చిన
శూరుడు ధీరుడు – శ్రీ రఘురాముడు
దిక్కు గలిగియూ – దీనురాలిగతి
దుర్దశ పొందుచు – దురపిల్లెను గద
మాసిన చీరెతొ – మారిన ముఖముతొ
ఉపవాసముల – చిక్కిన తనువుతొ
నిట్టూర్పులతో – నెగడి యుండుటచె
గుర్తింపగనూ – రాకయున్నదొకొ !!శ్రీ!!

91. నివురు గప్పినా – నిప్పు కణిక వలె
ఈ సాధ్వీమణి – ఇపుడున్నదిగద
ధూళిని మునిగిన – శరీరంబుతో
మాసిన చీరతొ – ఒంటిగ ఇచ్చట
కురులు మాసియు – సిరులు దొలంగిన
నారీమణి గతి – నడలుచునున్నది
కలువలు లేని – కొలను విధంబున
ఆభరణంబులు – లేనిదానిని !!శ్రీ!!

92. వేటకుక్కలలొ – నేర్పడ చిక్కిన
ఆడజింకవలె – అలమట పడుచు
మాటిమాటికి – శ్రీరామాయని
దిక్కు దిక్కులకు – చూచెడి దానిని
తనవారలను – కనలేకను మది
దద్దరిల్లుచూ – దనుజుల చూచీ
ఉలుకుచు ఏడ్చుచు – నుండెడు సీతను
చూచి మారుతి – కడు దుఃఖించెను !!శ్రీ!!

93. శారద వేళల – నీరద వృతమగు
చంద్రరేఖవలె – బోలెడి దానిని
గ్రహపీడితయగు – రోహిణి విధమున
రాక్షస స్త్రీలలో – రమణి నున్నదిగ
పూవులు లేని – తీగ విధంబున
అడుసున మునిగిన – పద్మము వలెను
అటుల యున్నది – సీత యిచ్చట
ఆహా విధికృత – మెవరిని వదలదు !!శ్రీ!!

94. రమణీయంబగు – వృక్ష జాతులును
అందములైనా – ఆట మలలును
రకరకమ్ములగు – పూపొదరిండ్లును
పలువిధమ్ములగు – ఫలవృక్షములును
కిలకిల మనియెడు – పక్షుల రవములు
సౌందర్యమునకు – సదనము యనదగు
ఈ అశోకవని – నివసించియును
ఈమెకు శాంతియు – లేనిదాయెగద !!శ్రీ!!

95. చెంగట రాముడు – చెలువకు లేమిచె
సంతోషంబును – సాధ్వికి మదిలో
ఈషణ్మాత్రము – లేనిదయ్యె గద
సాధ్వి లక్షణము లా– హా ఇవియగు
సతి వియోగమున – శ్రీరాముండట
పతి వియోగమున – సీత ఇచ్చట
తనువులు వేరుగ – నుండియు వీరలు
విరహ తాపమున – అడలుచు నున్నారు !!శ్రీ!!

96. నిరపరాధులను – నిష్కపటాత్ముల
నీతివిదులను – ఈ గతిఁజేసిన
నీచ రావణుని – నిలువున ప్రాణము
తీసిన గానీ – శాంతము నామది
కలుగదుగా యని – కన్నుల నీరిడి
పరిపరి విధముల – పరితపించుచూ
విధిని దూరుచూ – దురపిల్లుచు మది
కర్మను దాటగ – కాదుగదా యని !!శ్రీ!!

★ హనుమ సీతకు కావలి యున్న రాక్షస స్త్రీలను చూచుట ★

97. హనుమంతుడటు – ఆత్మలో తలచీ
అశ్రులు నించీ – హాయిని వగచీ
అణచి శోకమును – సీతకు కాపల
కాయుచునున్నా – రక్కసికాంతల
కనియెను వికృతా – కారుల పాపుల
ఒక్క నాసికయు – ఒక్క కన్నుయును
ఒక్క కాలును – నొక్క కరంబును
బోడి తలయును – బొక్కి నోరును !!శ్రీ!!

98. వ్రాలెడు వాతెర – తూలెడు స్తనములు
పెద్ద పొట్టలును – పెద్ద కన్నులును
చింపిరి కురులను – చినిగిన చీరెలు
కఱకు దంతములు – కలిగిన కాంతల
ముసల ముద్గరా – భిండి వాలములు
అడ్డ కత్తులును – దుడ్డు కట్టెలను
కుంతలమ్ములను – తోమరమ్ములను
చేతబట్టి భ – యపెట్టు వారలును !!శ్రీ!!

99. పులుల మధ్యలో – పోలేక చిక్కిన
గోవు చందమున – గొల్లున నేడ్చుచు
నుండిన సీతను – మారుతి చూచి
కదలక మెదలక – ఆకుల చాటున
సఫలమాయెమా – స్వామి కార్యమని
శ్రమలు ఫలించెను – ఈమెను కనుటచె
జన్మము ధన్యత – గాంచెను భువిలో
సద్యశ మొందితి – సకల కపులలో !!శ్రీ!!

100. అని ఇటులాడుచు – మారుతి యుండగ
అంతలొ నాల్గవ – జాముున పురిలో
పంక్తి కంఠుడూ– పడకలొ లేచి
పడతి సీతపై – భ్రాంతి గల్గి మది
మంచి గంధములు – మంచి వస్త్రములు
మంచి హారములు – మంచి భూషణాల్
దాల్చి దేహమున – తరుణుల కూడి
కరదీపికలతొ – అరుగుదెంచె వని !!శ్రీ!!

★ రావణుడు సీతాదేవిని పరుషోక్తులాడుట ★

101. సీతను గాంచి – చిడిముడి పడుచు
నీతిని విడచి ని– ట్లని పలికెను
జాలి ఎలొకో – జలజాక్షిరొ విను
నను పతిగా గొను – బేలవు గాకను
సీతా నామది గల – కోరిక విను
జగమున నీ సరి – కాంతలు లేరని
వలచి తెచ్చితిని – వలసిన రీతిగ
కలసి సుఖింపుము– కలవర పడకుము !!శ్రీ!!

102. పరసతినంటుట – పరుల ధనంబును
గొనుటలో పాపము – కలదనిరార్యులు
దానికి భీతిల్లి – మానను నాపని
మదిరేక్షణ అను – మానము వీడుము
రాణిగ చేతునా – రాణులకెల్లను
లంకాధిపత్యము – శంక లేక గొను
ఇంద్రుని కన్నను – అధికుని నేను
ధనమున బలమున – తలిరుబోడి విను !!శ్రీ!!

103. రణ రంగంబున – ఆ దేవేంద్రుని
మదమణగించి – బందిలో నుంచిన
బాహుబలాఢ్యుడ – సామాన్యుడనని
నీ మది తలపకు – సీతా నీవిక
రాముడు నాకిక – సాటి వచ్చునా
బీద మానవుడు – పిరికి పందయు
శక్తి హీనుడగు – శక్తిపరుడనేన్
అట్టివానిపై – వట్టి భ్రమలు విడు !!శ్రీ!!

104. దివిజేంద్రాదులు – దిక్పతులందర
గెలిచిన వాడను – గేళిగ చూడకు
కైలాసంబును – నా భుజబలమున
ఎత్తి శివుని కృప – కేను పాత్రుడను
యుద్ధమందు ఆ – కుబేరునోడించి
బలిమిని తెచ్చితి – పుష్పక యానము
దానిలో ఎక్కి – రమ్ము తిరుగుదము
మదన సుఖంబుల – మగువ సుఖింతుము !!శ్రీ!!

105. పూపొద లందున – పూల పాన్పులలో
పుప్పొదులలందున – పువుబోణీ నీవు
ఇచ్ఛ వచ్చినటు – అష్ట భోగముల
పొందుదు విను – రాకేందు వదనరొ
అడియాసలతో – అలమట పడకు
సాగరమును దాట – వశమా నరులకు
సేనా దళములు – లేవు రామునకు
ఎటుల నిన్నుగొని – పోవును చెపుమా !!శ్రీ!!

106. పోయిన వయసు – మరల రాదుగద
నాపలుకులు విను – సందేహింపకుఁ
నీదు పుణ్యమున – నేను లభించితి
వలదని మరి మరి – పలుకు పల్కకు
బ్రహ్మ కులంబున జన్మించితిని
శూరుడ ధీరుడ – మేటి బలాఢ్యుడ
ఇంతటి వాడను – బ్రతిమాలిన దయ
లేనే లేదుగ – పంతమేల విను !!శ్రీ!!

107. దనుజులకెల్లను –దనరుదు ప్రభువుగ
దండి వరంబులు – పొందితి బ్రహ్మతొ
హీనునిగా నను – నీమది నెంచకు
నను పతిగాగొని – అనుభవింపుమిక
కనకపు సొమ్ములు – కనకాంబరములు
కనకాసనములు – కమనీయంబగు
పానీయంబులు – పలురకంబులగు
భోజ్యములుండియు – తాకవదేలకొ !!శ్రీ!!

108. కనులకు సొంపుగ – మనసున కింపుగ
అన్ని సుఖంబులు – అనుభవింపుమని
నయ వినయంబుల – ఎంత చెప్పినను
వినవే వినవూ – ఇంత కఠినమా
మెత్తని పాన్పుల – పరుండకిట్టుల
కటిక నేలపై – నీవు పరుండుట
జాలిగల్గి మది – సత్యము పల్కితి
దయతో చూడుము – నీకు దాసుడను !!శ్రీ!!

109. అడవినిఁగాచిన – వెన్నెల విధము
నీ అందమంతయు – నిష్ఫలమే గద
నన్ను వలచి యీ – అతివలందరు
పతిగాగొనిరి – పంతమేల విను
సురగరుడోరగ – సిద్ధసాధ్యులును
దినకర చంద్రులు – దివిజ గణమ్ములు
నాయాజ్ఞను పా – లించి నడుతురు
అధమునిగా నను – తలపగవలదు !!శ్రీ!!

110. అనుమానింపకు – నన్ను కూడుటకు
సర్వ లోకముల – సమరము నందున
గెలిచిన శూరుడ – నౌదును నీపద
పద్మములకు నేన్ – అంజలి ఘటియింతు
త్రోసి పుచ్చినను – గాసిల చేయకు
దాసుడయనినీ – వానిగ గైకొని
కామ సుఖంబులు – కమల దళేక్షణ
అనుభవింపుమని – అనవినరానివి !!శ్రీ!!

సీత రావణుని తృణీకరించి పలుకుట-

111. రావణుడట్టుల – కావరంబుతో
పలికిన పలుకుల– నన్నియువినుచు,
శిరమును వంచి – సీత ఇట్టులనె
గడ్డి పోచతన – కడ్డుగనునిచీ
పరుల భార్యలను– పరధనములను
కోరుట పాపము – పలువతనమ్మున
ప్రేలెడి నీకిక – ఆయువు సిరియును
అన్నినశించును – ఆలోచించుము !!శ్రీ!!

112. కాలము తీరగ– కాలుడునిన్నిటు
కారులుపల్కగ–ప్రేరేపించెను
సత్యపరాక్రము – డగుశ్రీరాముల
బలహీనుండని – పలికెదవేలర
ఆలములో నిను – అస్త్రశస్త్రముల
పాలుచేయునీ– కావరమణగును
ఆయనకెదురుగ – యుద్ధరంగమున
పోరెడు వీరులు –లేరని తెలియర !!శ్రీ!!

113. తెలియదునాకని–నీబలమిచ్చుట
గొప్పగ పలుకకు – చప్పిడి కూతలు
పంచవటిలో – నను వంచనజేసి
తెచ్చితివేలర – తెలుపర వినియెద
రాములున్నపుడు – రావణ ననుగొని
వచ్చియుండినా – అచ్చటనేనిను
ముక్కముక్కలుగ – నరికియెయుందును
ఫలము మంచిదయి – బ్రతికి పోయితివి !!శ్రీ!!

114. పిడుగుల బోలెడు – బెడిదపు శరములు
కదువడిగానిడి – ఖండించును నిను
బెండు మానిసిగ – చూడకు రాముని
నీ గుండెలుచీల్చును – భండనంబునను
పాపాత్ములు సుర – పట్నము చేరగ
కానిది యెట్టులొ – నను నీవు కోరుట
అటులనెయగును – అసురాధమ విను
యమపురి మార్గము – విడువర వినరా!!శ్రీ!!

115. కాలపాశమును – కాలదండమును
బోలు శరంబులు – కలవు రాముకడ
తప్పిన తప్పును – అవియైనను మరి
ఆయన శరములు – ఆగవురా విను
దండధరునిగతి – కోదండంబును
దాల్చి కరంబున – నీ తలవాకిట
నిలిచినప్పుడూ – నీకే తెలియుర
నేను చెప్పునది – ఏమున్నదిరా? !!శ్రీ!!

116. శరణని రాముల – పదముల వ్రాలుము
కరుణతొ నిను బ్రోచు – కరుణామయుడు
పోవకున్న నీ శి – రముల నరకును
ఖరదూషణులను – ఖండించిన గతి
జలనిధి దాటి – సరగున నీ పురి
వల్లకాడుగను – చేసి భస్మమును
యీ సాగరమున – కలిపి శీఘ్రముగ
నను గొని పోవును – మా శ్రీరాములు !!శ్రీ!!

117. ఆర్తనాదములు – ఆకసమంటగ
అస్త్రజ్వాలలు – అంతట పర్వగ
నీసతులందరు – అప్పుడు ఏడ్వగ
ఖండితముగ – నీకనుల చూచెదవు
నీబలమెంతర – నీవనయెంతర
నీ సైన్యములను – నీ తనయులను
నిమిషమాత్రమున – నీరు చేయగల
అస్త్రములెన్నో – కలవురాములకు.!! శ్రీ!!

118. గరుదుని చూచిన – సర్పములేవిధి
భయపడి పరుగులు – తీయువిధంబున
రామబాణముల – తేజంబును గని
అసురులు నిల్వరు – యుద్ధరంగమున
హంసకు కొంగకు – హరికి కరికిని
మార్జాలమునకు – మూషికమునకును
యెంతటి భేదమొ – అంతియె నీబల
మెంతర వినరా – ఇది ఖాయమురా !!శ్రీ!!

119. రామా తప్పని ఒ – ప్పుకొనినచో
తప్పక రక్షించు – తారకరాముడు
ఇపుడే ననుగొని – పోయి సమర్పణ
చేయుము శుభమును – పొందెదవయ్యా
బడబాగ్నిలోబడి – బ్రతుకవచ్చును
సంద్రములోబడి – నీదుచు రావచ్చు
యముని కంటబడి – యెటులైన రావచ్చు
రాముకంటబడి – బ్రతుకగసాధ్యమ!!శ్రీ!!

120. వాడు చచ్చెనని – వీడు పోయెనని
పలికెడు మాటలు – నీవు వినెదవు
కాలము నీకూ – కలసి వచ్చినది
ఖండితమ్ముగా – యీ పని జరుగును
తాటిపండ్లవలె – నీ తలలన్నీ
రాలినయపుడు – రామ శరంబుల
మహిమ తెలియును – ఇపుడు ఎట్టుల
కనుదువు రావణ – సత్యము నామాట!!శ్రీ!!

121. ఇహ సుఖములపై – ఇష్టముండిన
బ్రతుకవలయునని – భ్రాంతియుకల్గిన
శీఘ్రమె ననుగొని – శ్రీరాముల కడ
చేరి సమర్పణ – చేయుము రావణ
నీనగరంబున – నీతితెలిసిన
నీతికోవిదులు – లేకయెనుందుర
వారిదగ్గర – నీవుండినమరి
యిట్టి వాక్యములు–పల్కనె పల్కవు!!శ్రీ!!

122. నిన్ను నమ్ముకొని – లంకాపురమున
నివసించిన హిత – బంధువర్గములు
బాగుపడెడు గతి – చూడుమురావణ
చెడుమార్గంబున – నడువబోకుము
నీసతులెంతో – పరసతులంతని
మతిలో కొంచెము – తెలియగవలదా
సర్వవినాశనమగు – యీపనిలో
పాల్పడి చెడబోకు – –పాపిష్ఠిరావణ!! శ్రీ!!

123. పాపరూపమగు – పరుషవాక్యముల
పరమ సాధ్వులను – బాధింపకు సుమ
అన్ని తెలిసి నీ – యంగముగాల
తెలుసుకొ దేహ – మశాశ్వతంబని
ఆయువు క్షీణము – అర్థమునాశము
అందున ఇందున – అపయశమొసగెడు
పాపకూపమున – పడబోకుమురా
పండితులరిగెడు – మార్గము గనరా!!శ్రీ!!

124. నీ రూపంబును – నీ విభవంబును
నీ భాగ్యంబిక – యెంతయున్నను
కాలిస్రేలితో – నైనను తాకెడి
దానను కానని – తెలియుము వినరా
క్రూరకాంతలను – క్రూరులు కూసెడు
కూతలు కూయకు – ధీరుడు రాముడు
పట్టి నిన్ను యీ – భూమికి బలిగా
నరికివేయును – భయముగ బ్రతుకుము !!శ్రీ!!

125. పెనుగాలికి పడు – చెట్ల విధంబున
వజ్రాయుధమున – పడు కొండలవలె
మంటలలో బడు – మిడుతుల రీతిగ
సింహముముందర – కరులు నిల్వనటు
లోక భయంకర – మగు తేజము గల
రామబాణముల – కాహుతియగుదురు
తనయులు మంత్రులు – సేనాదళములు
సత్యము నామాట – వినురా మూర్ఖా !!శ్రీ!!

126. అని ఇటులాడగ –ఆత్మలొకినిసి
రావణుండు కర – వాలముపెరికి
నరుకుదు శిరమని – నురుకుదశాస్యుని
కడ్డుపడుచు మం – డోదరి ఇటులనె
ఇష్టములేని – కాంతలకోరి
ఏమి సుఖంబును – పొందెదవో నాథ
కాంతలెందరో – కలరుగదా స్వామి
నా మనవిని విని – శాంతినొందుమా!!శ్రీ!!

127. వనితల చంపుట – వచ్చును పాపము
అని సతి పల్కగ – రావణుడప్పుడు,
సీతకు కావలి – యుండిన వారితొ
మీరిటు చేయుడు – నా యానతిగొని
రెండునెలలలో – సీతను మీరు
సాధన భేదన – వాదనములతో
నను పతిగా గొను – నట్టుల చేయుడు
ఆ పని కాకున్న – సంహరింపుడని !!శ్రీ!!

★సీతకు రాక్షస స్త్రీలు దుర్బోధలు చేయట★

128. ఆజ్ఞ యొసగి – లంకేశ్వరు డరుగగ
ఇరువురి మాటలు – హమమంతుడు విని
కదలక మెదలక – ఆకుల చాటున
దాగియుండియూ –ఏమనకుండెను.
అంతట హరిజట – అనియెను నిట్టుల
అమ్మా! సీతా –హఠము యెందుకు?
అందమునందున – రావణునకు సరి
ఎవ్వరు లేరిల – అతడే నీ పతి!!శ్రీ!!

129. తదుపరి పింగళి –యనియెనీ రీతిగ
నా పలుకులు విను – మమ్మ సుఖింతువు
అన్ని భోగముల – కనుకూలముగా
నున్న రావణుడె – నీమగడమ్మా
పిమ్మటు ప్రఘసా – యను రక్కసి అనె
ఎల్ల లోకముల – నేలెడునంతటి
బలుడు రావణుడు – వలదనుటెందుకు
మతిహీనతయా – మమతలేకనా !!శ్రీ!!

130. అటుమీదటునూ – ఏకాక్షిణియనె
ఇటులాడుటలో – యెంతటి మూర్ఖము
తగిన మగడు కా– దని తలచెదవా?
పుణ్యము ఇంతటి – పురుషుడు దొరుకుట
వరమాల్యమ్ములు – వరభోజ్యమ్ములు
వరవస్త్రంబులు – వరభూషణములు
అన్నియు కలిగి – పరమసుఖంబును
పొందుదువితనిని – భర్తగబడయుము!!శ్రీ!!

131. కుంభీనసియను – కూర్మి వీడి మరి
దీనిని ఇంతగ – వేడుట యెందుకు
కడికండలుగా – కోసి తరిగియు
వండి భుజింతము – లెండులెండుయని
కత్తుల గైకొని – గలగల అరచుచు
మొత్తుదమనుచును – ముద్గరములను
గిరగిరత్రిప్పుచు – బెదరించుచు సుర
త్రావుచు నాడెడు – తరుణుల కిటులనె !!శ్రీ!!

★సీత రాక్షస స్త్రీలకు హితవాక్యములు తెల్పుట★

132. ఏమి ధర్మమిది – ఇటు నను పల్కుట
కాంతలందరూ – ఒకటియుకాదా
ఈ విధి పలుకుట – హితకరమగునా
పతివ్రత ధర్మము – సతులకు హితము
విధునకు రోహిణి – రవికిని ఛాయకు
సత్యవంతునకు – సావిత్ర దేవి
దేవేంద్రునకు – శచీదేవి వలె
బరగుదు నేనూ – రాముల భార్యగ.!!శ్రీ!!

133. రావణు ముఖమును – నేనిక చూడను
గడ్డిపోచవలె – చూచెదవానిని
ముక్కలుగా నను – నరికి వైచినను
కాదని పలుకను – అది మీ ఇష్టము
మానవజాతికి – దానవజాతికి
పొత్తు కుదురదు – ఎప్పటికనుచు
కన్నుల నీరిడి – కార్చిఏడ్చియు
ఛీఛీ ఛీయని – మరి ఇటులనియెను!!శ్రీ!!

★త్రిజట – తన స్వప్నవిషయమెరింగించుట★

134. ఎన్నివిధంబుల బో – ధ జేసినను.
వినలేదని మీ – రాజు దగ్గరకు
పోయి చెప్పుడూ – ఒప్పుకొనదు నా
మానసమనుచును – సీత పలుకగా
అంతట త్రిజట – నిద్దురలేచి
తొలగద్రోచి – సతులందరితో అనె
చంపకుడామెను – సత్యము పల్కెద
ఒక కలగంటిని – సీత విషయమై!!శ్రీ!!

135. రామలక్ష్మణులు – ఆమహనీయులు
దాల్చిధనస్సులు – తెల్లని శాల్వలు
తెల్లనిపూవులు––మాలలు తనువున
శోభిల్లుచుండగ – లంకలొచొచ్చి
రాక్షసబలముల – సంహరించినటు
తెల్లని ఏనుగు మీద – సీతతో
ఉత్తరదిశగా – ఎగుదెంచినటు
మన విభీషణుడు – లంకనేలినటు!!శ్రీ!!

136. పేడమడుగులో – నూనెబూసికొని
ప్రేవులు మాలలు – గాను వేసుకుని
విరితలతో – మలినాంబరంబులను
దాల్చి రావణుడు – దక్షిణ దిశగా
ఖరముమీద తను – కప్పగంతులను
వైచుచుపోవగ – నే కలగంటిని
కుంభకర్ణుడు – ఇంద్రజిత్ మొదలగు
వారు తద్విధ – మేగగ చూచితి !!శ్రీ!!

137. వనచరుడొక్కడు – వార్ధిని దాటి
వచ్చి లంకలో చొ – చ్చి సీతతో!
మాటలాడినటు – వనము కూల్చినటు
దైత్యుల చంపుట – లంకనుకాల్చుట
సుఖముగ మరలి – పోయినట్టులు
సుందరులారా – నేకల గంటిని
తప్పదు నాకల – సత్యము అని మది
తలచుడు మీకును – కలుగుశుభంబులు.!!శ్రీ!!

138. కావున మీరలు – సీతాదేవిని
శరణనివేడుడు –కరుణతొ బ్రోచును
అన విని వారలు – ఆయుధంబులను
వదలి జానకిని – శరణనికోరగ
సరియని వారల – కభయమొసంగగ
సాధ్విని సీతను – పల్కుట మాని
దూరముగాబడి – నిదురపోయిరి
అంతట జానకి – దిక్కు తోచక!!శ్రీ!!

★సీత తన వారల పేర్కొని విలపించుట

139. అంగిలియెండగ – హాయనిఏడ్చుచు
తనవారల మది – తలచుకొనుచును
హా రఘురామా – హా శ్రీరామా
దశరథ రామా – దనుజవిరామా
రాత్రికాలమున – రాక్షసకాంతల
వలయములోబడి – వ్యథపడుచున్నాను
ఉరిలో చిక్కిన – లేడి విధంబున
ఉల్లము ఎప్పుడు – ఝల్లనుచున్నది!!శ్రీ!!

140. మాయలేడిగని – మనసుపోయి నిను
తీసుకరమ్మని – కోరిన వెంటనె
కాదనకను రామా – నాదు ఇష్టమును
తీర్చుట కొరకై – మీరు పోవగా
మోసముతో – యీపాపి రావణుడు
తెచ్చి నన్ను ఇట – నుంచుట కనవా
నను విడనాడుట – న్యాయమె రామా నీ అర్ధాంగిని – ఏలగ రావా!!శ్రీ!!

141. వనిలో జటాయువు – ఒక మాటైనను
వినిపించకయే – యుండున దేవా
దిక్కుగలిగియూ – దీనురాలిగతి
జీవితమాయెను – హా రఘురామా
అన్నా లక్ష్మణ– నీవైనను మీ
అన్నను వచ్చెదు – నట్టుల చేయుము
తిన్నని మాటలు – క్రన్నన చెప్పి
బాధలణచి నను – బ్రోవుము మరదీ !!శ్రీ!!

142. నన్నీ రాక్షసు – లెన్నో బాధలు
పెట్టుచుండగా – నెట్టులనున్నావు
నీప్రియురాలిని – వీరలు బాధింప
చూచుచునుండుట – న్యాయమెరామా
పున్నమచంద్రుని – కాంతిని మీరెడు
మీ ముఖపద్మము – ఎన్నడు యిక నా
కన్నులారగా – కను భాగ్యము ఇక
కలదో లేదో – హా రఘురామా !!శ్రీ!!

143. పరిణయమాదిగ – పడిన కష్టములు
నీతో సమముగ – అనుభవించితిని
కొంచెమైనదయ – లేనే లేదు మీ
ధర్మపత్నిపై – దశరథరామా॥
ఎన్ని కష్టములు– కలిగిన మదిలో
బాధ లేక మీ – దాపుననుండీ
సుఖముగ గడపితి – కాననవాసము
పదమూడేండ్లును – హా రఘురామా !!శ్రీ!!

144. జీవితమంతయు – చీకటిగానే
పరిణమించెనే – హో రఘురామా
ఎన్నడు ఇక నా – కాత్మ శాంతియగు
కాలము గలదా – లేదా రామా
మీరు అయోధ్యకు – పోయిన వెంటనె
మనవారందరు– సీత ఏదీయన
అపుడేమందువు– అడవిలో సీతను
విడచివచ్చితినని – యనెదవ రామా !!శ్రీ!!

145. తాటకి కూల్చి హరువిల్లు విరచి
భార్గవరాముని – భంగపరచిన
బాహుబలంబును – సమసెన రామా
నీచుని కూల్చక – ఏలనుంటివి
ఖరదూషణులను – ఖండించిన నీ
వాడి బాణములు – త్రుప్పు పట్టెనా
వేలరక్కసుల – సంహరించితివి
మూడు క్షణంబుల – కాలమందున!!శ్రీ!!

146. భార్య దోషమున – భర్తకు బాధలు
కలుగునటంచని – పలుకుదురార్యులు
నను అర్ధాంగిగ – గొనుటచే అడవుల
ఇడుములు గలిగెను – హో రఘురామా
అన్యుల పరిణయ – మాడియుండినచొ
అన్ని సుఖంబులు – పొంది యుందువు.
ఇన్నిటికేను – కారణురాలను
ఇనకుల దీపక – ఇపుడేమందును!!శ్రీ!!

147. ఎంతకాలమని – ఏడ్చుచు ఇచ్చట
కాలము గడుపుదు – శ్రీ రఘురామ
అందని పండ్లకు – అర్రులు చాచిన
చందము నా బ్రతు – కాయెనురామ
నిన్నే నమ్మితి – నిన్నే కొల్చితి
ఏమారక మది – నిన్నే తలచితి
నీవే దిక్కని – యుండిన దానను
లేశమయిన దయజూపవ రామ !!శ్రీ!!

148. దుఃఖార్ణవమను – దానిలొ మునిగి
పరితపించియూ – బాధలకోర్చితి
ఆశలన్నియూ – నిరాశలాయెను
జీవితమంతయూ – నిష్ఫలమాయెను
ఆపదవేళల – ఆదరింపని
పతి మీరుండియు – ఫలమేమికయని
విషముతొ అగ్నితొ – ఉరితోనైనను
ప్రాణాల్ వదులుట – మేలని తలచెద!!శ్రీ!!

149. నీప్రియురాలను – నీఅర్థాంగిని
మీ ఇల్లాలను – మీ సహధర్మిణి
మీతో సమముగ – కష్టసుఖంబులు
అనుభవించినా – దాననుకానా
నన్నొంటరిగా – నుంచుట ధర్మమ
నీకిది న్యాయమ – ఓ రఘురామా
కాని దానను – కాదుగ రామా
కలసికొనుటకిక – ఎన్నడొ రామా !!శ్రీ!!

150. శరణనువారల – కరుణ బ్రోచునని
యనుచుందురు నిను – నార్యజనమ్ములు
నిరతము మీ పద – పద్మమ్ములనే
మహాభాగ్యమని – నమ్మితి రామా
ఈ గతి చేయుట – మీకిది ధర్మమ
నా దౌర్భాగ్యమె – నీదు మానసము
మారుట చూడగ –మనుకులదీపక
కానిచొ నివ్విధి – కాదు గదా రామ !!శ్రీ!!

151. నిను చూచెడువా – రెంతటి ధన్యులొ
అంతటి పుణ్యము – నోచనైతి గద
నీతో సుఖములు – కనువారెవరూ
వారు గదా రామ –భాగ్యవంతులు
తనువులు రెండైన – తలపు ఒక్కటని
తలచియుంటినా – మదిలో రామా
అదియును నేటికి – అడవిని గాచిన
వెన్నెల చందము – నాయెను నాథా !!శ్రీ!!

152. ఒక్క మాటయని – ఒక్క పత్నియని
నిక్కము రాముడు – నిజమని నమ్మితి
నేటికవన్నియు – జలనిధి కురిసిన
వర్షమురీతిగ – వ్యర్థములాయెను
మానసమున మీ – నామము రూపము.
మరువక ధ్యానము – చేయుచునున్నాను.
నేటి కవన్నియు – బూడిదయందున
పన్నీరు పోసిన – పగిదినయ్యెగద !!శ్రీ!!

153. రాగద్వేషములను – వాటిని మది
శీతోష్ణములను – సమముగ దలచి,
ఐహికసుఖముల – యందు మనస్సును
చెదరక శాంతిని – పొందు మహాత్మువె
ధన్యులుగా భువి – తలచెద వారల
అంతటి జ్ఞానము – నాలో లేదని
ఏగతి ఈ విప – దాంబుధి దాటుదు
కాగలయదిఇక – గాకమానదు !!శ్రీ!!

154. సుఖదుఃఖములు – ప్రియమప్రియములు
మేలును కీడును – వీటి యందునా
సమముగనుందురు – సన్మునులందరు
ఆవిధి శాంతము – నాలో లేదుగ
వారలె ధన్యులు – ధరణియందున
కావున మరణము – కంటెను సుఖమూ
ఏదియులేదని – నామది తలతును
చావు రాదు గద – అకట ఏమి గతి !!శ్రీ!!

155. అకళంకాత్ముడు – ఆ రఘురాముడు
బుధజనమాన్యుడు – బుద్ధిమంతుడు
మహిమోపేతుడు – మానధనుండు
శరణాగతజన – వత్సలుడగు శ్రీ
రాముడు నయగుణ – ధాముడు రవికుల
సోముడు తారక – నాముడు రాముడు
నాయెద ఎందుకు – దయజూపకనన్
ఇంతటి ఇడుముల – పాలుజేసెను !!శ్రీ!!

156. అన్యదైవముల – ఆత్మలో దలపక
నిను దైవంబుగ – తలచిన తలుపు,
మీ మృదు పలుకులు – వినకాంక్షించియె
రాక్షసకాంతలు – కఠిన వాక్యముల
విని సహియించియు – తమతో శయనము
కోరి నేలపై ఇటు – పడియుంటిని
రాముడె నన్నూ – రక్షించును అని
ధైర్యము ధర్మము – విడువకయున్నాను !!శ్రీ!!

157. పతియే దైవము – అనుపతి భక్తియు
అన్నియు నేటికి – వ్యర్థములాయెను
ధర్మమార్గమున – నడిచిన నాకు(నేను)
ఇన్ని బాధలను – పొందితి ఆహా
ఇంతకునాదగు – జన్మకర్మయే
కారణమనియూ – చెప్పగ వచ్చును
లేనిచొ శ్రీరఘు – రామ వియోగము
కలుగున ఇంతటి – బాధలు పడుదున !!శ్రీ!!

158. అనపరాధియు – అమలగుణుండును
అన్నను వదినెను – అడవుల యందున
కంటికి రెప్పగా–కాచిన మరదిని
అనవినరానట్టి – మాటల నాడిన
ఫలమిటు నన్నిటు – బాధపరచెనని
తలతును నామది – నాత్మశాంతికై
కోరుదు నామది – లక్ష్మణా మరదీ
దయతో చూడుము – దీనురాలిగతి !!శ్రీ!!

★సీతాదేవి ప్రాణ త్యాగము చేయబూనుట★

159. మరది లక్ష్మణుని – పరుషములాడిన
పాపఫలమునకు – నాకిది శిక్ష
ఛీఛీ యిక నా – ప్రాణమెందుకని
రోయుచు సీత – లేచి నిలుచుకొని,
చేతబట్టి జడ– గొంతుకుచుట్ట
చెట్టుకొమ్మకూ– తగిలింపగ శుభ
శకునముకల్గగ – సీతదేహమున
సంతసంబున – క్షణమూరకుండెను !!శ్రీ!!

160. వామనేత్రమును – వామభుజంబును
ఎడమతొడయును – ఎడమ భాగమును
తటతట అదరగ– జానకి అప్పుడు
ఆపనిమానియు – ఆలోచించెను
ఏమి చిత్రమిది – ఎందుకు యీ శుభ
శకునము కల్గుట– కారణమేమో
తెలియదునామది – తేటతెల్లముగ
ఆగిచూతునని– సీతయుండగా.!!శ్రీ!!

161. అప్పుడు మారుతి ఆలోచించెను
మిన్నకయుండుట – మంచిదికాదని
నే నీక్షణమున – ఊరకుండిన
సీతప్రాణములు – విడుచుట సత్యము
అని మది హనుమ – ఇటులనుకొనెను
సీతమహత్యము – అద్భుతమనుచు
ఈమెను మానవ – కాంతయు కాదని
భావించెదను – పడు బాధలకని !!శ్రీ!!

162. సీతామహదేవి – క్షేమమెయనినేను
రఘురాములకూ – వార్త తెలిపిన
కపిసేనలతో – కడలిని దాటీ
వచ్చిన యిక్కడ – సీతలేనిచో
వాలిని ఏక్రియ – చంపెనొనన్నటు
తప్పక చంపును – క్రోధముచేతను
కావున సీతను – పలుకరించవలె
లేనిచొ జానకి – ప్రాణాల్ వదలును

163. మానవ భాషతొ – మాటలాడిన
కపులకు మానవ – భాష ఎట్టులని
సందేహముతో – సీత బెదరిన
అసురాంగనలు – నను గని లంకకు
పరుగిడి రావణ – బ్రహ్మకు తెల్పిన
నన్ను పట్టుటకు – భటులును పంపును.
వారికి నాకూ – యుద్ధము జరుగును
జయమపజయములు – ఎవరికి గల్గునొ !!శ్రీ!!

164. నన్ను రాక్షసులు – గెల్చిన యట్లైన
ననుగొని పోదురు – రావణు కడకు
చెరసాలను నను – జేర్చిన సీతయొక్క
క్షేమము తెల్పెడు – వారు లేరుగద
అని ఇటు మారుతి – ఆలోచించుచు
కాగల పనులు – కాకమానవని
నిశ్చయించుకొని – యీ విధి తలచెను
శ్రీరాముల కథ – వినిపించెదనని !!శ్రీ!!

165. ఎంతవరకు విని – విశ్వసించునో
తదుపరి ఈమెను – పలుకరింతునని
రూపము చూపక – దాగియుండెద
అని తన మదిలో – రాముల దలచి
పలుకదొడంగెను – పావని సీతా
రాములు చరితము – ఆమూలాగ్రము
కడు మధురంబుగ – గాన రూపముగ
వీనులకింపగు – సుస్వరంబుతో !!శ్రీ!!

★హనుమంతుడు రామకథను గానము చేయుట★

166. ధరణి అయోధ్యకు – దశరథనృపుడను
రాజొకడుండెను – రాజ్యమేలుచును
బుధజనమాన్యుడు – బుద్ధిమంతుడును
నయగుణశీలుడు – సూర్యవంశజుడు
అతనికి భార్యలు – ముగ్గురు కలరట
కౌసల్యయును – కైకసుమిత్రయు
వారికి పుత్రులు – నల్వురుండిరట
శ్రీరామలక్ష్మణ – భరతశతృఘ్నులు !!శ్రీ!!

167. వారిలో జ్యేష్ఠుడు – రామచంద్రుడట
ధర్మశీలుడట – ధార్మికగుణుడట
దుష్టరాక్షసుల – దృంచెడువాడట
వీరుడు శూరుడు – బాహుబలుండట
కాంతియుతుండట – కరుణామయుడట
దుష్టపథంబుల – నడువని వాడట
మధురవాక్యములు – పల్కువాడట
ధర్మమార్గమున – నడచెడువాడట !!శ్రీ!!

168. ఆశ్రిత జనులకు – అమరతర్వుయట
అందరనొకటిగ – చూచెడు వాడట
జననీజనకుల – గురుజనములను
భక్తిశ్రద్ధలతొ – భజియించును అట
శరణనువారల – కరుణబ్రోచునట
అనపరాధులను ఆదరించునట.
అపరాధులను – మదమణంచునట
ఆడినరీతిగ – నడచెడువాడట !!శ్రీ!!

169. అన్యుల వృద్ధిని – ఆత్మకోరునట
శమదమాదులను – ఆరుగుణంబులు
కలిగినవాడు – ఘనుడు రాముడట
దీనులపాలిట – దేవదేవుడట
దుష్టుల రణమున – దృంచెడువాడట
శిష్టజనంబుల – బ్రోచెడు వాడట
దివిజులకెల్లను – ఆది దేవుడట
మునిజనములకు – ముక్తి దాతయట

170. అందరు పూజ్యులె – అందరు సుగుణులె
అందరిలో కడు – శ్రేష్టుడు రాముడు
పితృవాక్యపరి – పాలనార్థమై
తమ్ముడు, భార్యయు – తరలివెంటరా
ముని వేషంబుల – దండకాటవిలో
గోదావరియను – నదీ తీరమున
పంచవటిని – ఒక పర్ణశాలలో
నుండగ సీతా – రామలక్ష్మణులు !!శ్రీ!!

171. రామలక్ష్మణులు – లేని సమయమున
పరమపతివ్రత – సీతామాతను
దొంగలించుకుని – రావణాసురుడు
తెచ్చి లంకలో – ఇచ్చట నుంచెను
అక్కడ శ్రీరఘు – రామలక్ష్మణులు
వచ్చి చూచి సతి – లేమికి వగచీ
అడవుల గుట్టల – సీతను వెదకుచు
జటాయువనియెడు – పక్షిని చూచిరి!!శ్రీ!!

172. అతనితొ జానకి – వార్తను తెలిసీ
మరణించినయా – పక్షిరాజునకు
దహనకృత్యము – చేసి పక్షికి
సద్గతులొసగు – చు వచ్చి సుగ్రీవుని
చెలిమి యొనర్చీ – వాలిని కూల్చి
సుగ్రీవుని కిష్కింధకు – పతి సేయ
నాల్గుదిక్కులకు – నగచర సేనలు
పనుపగ వారలు –సీతను వెదకుచు !!శ్రీ!!

173. దక్షిణ దిశగా – తరలివచ్చియా
కోతులు నడవులు – కొండలు జూచీ
కడలి తీరమున – కపులు చేరగా
సంపాతియు సీత – జాడ తెలుపగా
వనచరుడొక్కడు – వార్ధిని దాటి
వచ్చి లంకిణిన్ గెల్చి – లంకలో
చొచ్చి పురము శో – ధించి యంతట
అశోక వనమున – సీతను జూచితి !!శ్రీ!!

174. ఈ లోకంబున – నెవ్వరుపొందని
యశమును పొందితి – రాములకృపతో
అని కీర్తించుచు – ఆంజనేయుడు
ఆకులచాటున – అణగియుండగా
ఆంజనేయుముఖ – ద్వారమునుండి
వెడలిన శ్రీరఘు –రాముల కథ విని
మైథిలియంతట – మెయిపులకించి
ఈకథ నాప్రియ – కాంతుని కథయని !!శ్రీ!!

★సీత రామకథ విని విస్మయమందుట★

175. పలికినదెవరీ – రాత్రికాలమున
రామాయణమును – గావరూపముగ
పాడిన భక్తా – గ్రేసరుడెవరూ
ఆమహనీయుడు – ఎంతటి పుణ్యుడొ
అనుచు దిక్కులకు – జానకి చూచీ
ఎవ్వరులేరిట – శబ్దరూపముగ
పలికిరి కలయా – భ్రాంతి రూపకమ
దానికి రూపము – తలపలేము గదా !!శ్రీ!!

176. నామమో భ్రాంతియొ – నట్లు పల్కినది
అంతటి పుణ్యము – నాకెటులుండును
మా రాముల కథ – ఆలకించుటకు
అంతటి నోమున – నోచనైతినని
నా సుముఖంబున – నా సమక్షమున
నిక్కమయినచో – నిలుచును ఆఘను
డనుచు మౌనమును – దాల్చియుండగా
వనచరుడంతట – వృక్షము దిగుచూ !!శ్రీ!!

★హనుమ సీతతో సంభాషించుట★

177. సూక్ష్మరూపమును – వెంటనె దాల్చి
దూరమునుండీ – దండము బెట్టీ
వినయముగా ఇటు – అడిగెను సీతను
సన్నని స్వరముతొ – మారుతి అప్పుడు
అమ్మా మీరెవర – గుదురొ తెలియదు
అడుగుచుంటినీ – అలుగకు నాపై
కిన్నరకాంతవొ – గంధర్వకాంతావొ
దేవకాంతవొ – ఏ మునికాంతవొ !!శ్రీ!!

178. తల్లియెవ్వరో – తండ్రియెవ్వరొకొ
నాధుండెవరూ – నామము ఏమీ
ఇచటకు రాకత – మేమొ తెలియదు
ఒంటిగనుండుట – కారణమేమమ్మ
దేవభామినిగ – కాదని తోచును
దందడి యూర్పుల – విడుచుట వలన
కొమ్మయూతగొని – కన్నులనుండీ
అశ్రులు రొల్చుట – అనుమానించెద

179. మానవకాంతవని – నా మది దోచును
దండకాటవిని – పర్ణశాలలో
దొంగిలిరావణు – డిచటికి తెచ్చిన
రాముని భార్య – రమణి సీతవొ
వున్నది వున్నటు – వివరింపుతల్లీ
సీతవైనచో చెలగు శుభంబని
పావని పల్కిన – పల్కులన్ని విని
విశ్వసించి మది – వినుపించెను ఇటు !!శ్రీ!!

180. ధరణి అయోధ్యను – రాజధానిగా
పరిపాలించారు – దశరథనృపతికి
కలరు ముప్వురూ – భార్యలు వరుసగ
పెద్ద భార్య కౌ – సల్య గర్భమున
రాముడు పుట్టి – జనక జయగు నను
హరువిల్లు విరచి – పరిణయమాడెను
పరశురామునీ – భంగపరచి నిజ
పురము చేరి సు–ఖియించుచునుండగ !!శ్రీ!!

181. చూడలేక కై –కేయి మమ్ములను
రెండు వరమ్ములు – మా మామగారిని
కోరెను అడవుల – రాములనంపగ
భరతులవారికి – పట్టాభిషేకము
ముని వేషములతొ – పదునాల్గేడులు
అడవి పొమ్మని – దశరథుడంపగ
పంచవటిలొ మే – ముండ రావణుడు
తెచ్చి నిటుంచగ – వచ్చు రాముడని !!శ్రీ!!

182. ఆశతొనుంటిని – యన హమమంతుడు
క్షేమము తల్లీ – రామలక్ష్మణులు
నీదు క్షేమమూ –తెలిసి రమ్మని
పనుపగ వచ్చితి – రామదూతనై
కపికులపతి – సుగ్రీవుడందరును
అమ్మా! సీతా – మీ క్షేమంబును
కోరి మ్రొక్కిరీ – వానరులందరు
అంతా క్షేమము – తల్లీ అక్కడ. !!శ్రీ!!

183. అనవిని జానకి – అయ్యా కపివర
తనువున ప్రాణము – లుండిన తదుపరి
సుఖమును పొందగ – వచ్చును అను మాట
అయ్యది నిజమై – ఇపుడు దోచె గద
అని అనుమానము – సీతకు కలిగీ
ఆలోచించెను –వానరుడేమి
వార్ధి దాటి నను – గాంచుటేమియని
రావణుడితడని.. భయపడి సీత !!శ్రీ!!

★సీత సంశయ చిత్తయై రామలక్ష్మణుల గుర్తులనడుగుట★

184. అనియె హనుమతో – నిను వానరుడని
రామదూతవని – నమ్మగరాదు
నిక్కమైనచో – రాముని రూపము
నిజము వచింపుము – తదుపరి నమ్మెదు
వారికి మీకెటు – వనచర స్నేహము
కలిగె తెలుపుమన – మారుతి వెంటనే
వినుము చెప్పెదను – విశదముగానని
అంజలి ఘటియించి – పలికెను సీతతో !!శ్రీ!!

★హనుమ రామలక్ష్మణుల దేహలక్షణములు తెలుపుట★

185. నీలమేఘరుచి – బోలు దేహమును
నిడుద బాహువులు – విశాల వక్షము
కమలపత్రముల – కరణిని కన్నులు
నగుమొగమ్ముగల – వాడు రాముడు
మంచి మనస్సును – మంచి చూపులును
దుష్టుల రణమున – దృంచినవాడును
కొంచెమైన అవ –గుణములు లేనీ
వాడని మీ విభు – డనదగు జననీ !!శ్రీ!!

186. ఓర్పు గుణంబున – భూమికి సాటి
బుద్ధియందు బృ –హస్పతి సముడు
ధర్మగుణంబున – ధర్మునకీడగు (మహాధర్మరాజు)
తేజమునందున – అగ్నికి సముడగు
గాంభీర్యంబున – కడలికినుద్ది
కాంతిని రవి శశి – మీరెడు వాడును
ధైర్యమునందున – మేరువు బోలును
అందమునన్ – నవమన్మథు మించును !!శ్రీ!!

187. విల్లుపట్టెడు వారిలో మేటి
గురుజనంబులను– మధురోక్తులచే
మాటలాడుచు–మంచిమార్గమున
నడచెడువాడును – నాల్గు వేదములు
సాంగముగా అవి – చదివినవాడును
సాహసవిక్రమ – శాలయుతుండును
సాధుజనంబుల – బ్రోచెడువాడును
శరణాగత జన – రక్షణ దక్షుడు !!శ్రీ!!

188. హెచ్చుతక్కువలు – లేని శరీరుడు
ఎగుభుజంబులు – గలవాడును మరి
వజ్రాంకుశము – చక్రము పద్మము
వలె గుర్తులు గల – పాదద్వయము
శంఖము రీతిగ – గళమున రేఖలు
శ్రీవత్సంబను – పుట్టుమచ్చయును
శిరమున మూడు – సుడులను
గలిగి శోభిలుచుండును – చూడ ఇవన్నియు !!శ్రీ!!

189. గజరాజమువలె – నడచువాడును
సింహమునకువలె – సన్నని నడుమును
మేఘధ్వనివలె – కంఠధ్వనియును
కెంపులవలె కను – కొలుకుల వాడును
తుమ్మెద రెక్కల బో – లు కురులును
మల్లెమొగ్గలను బో – లు దంతములు
నిగనిగ మెరసెడు – మేని కాంతియును
అద్దమువలెను – కపోలములుండును!!శ్రీ!!

190. సాముద్రికమను – శాస్త్రము మేరకు
అన్ని అంగములు – అమరిన వాడును,
అన్నకుదీటగు – ఆ లక్ష్మణుడును
అడవులలోబడి – నిన్ను వెదకుచూ
జటాయువు మీ – విషయము తెల్పగ
అరుదెంచిరి మే – మున్న చోటుకు
బలుడు వాలియె – సుగ్రీవుడు తన
భార్యను గోల్పోయి – బాధలు పడుచు!!శ్రీ!!

191. సతివియోగమున – ఋష్యమూకమును
కడు దుఃఖించెడు – సుగ్రీవునితో
స్నేహము గూర్చితి – అగ్నిసాక్షిగా
అటుపై నీ సొమ్ము – లన్ని చూపితిమి
నగలను గాంచీ – నురమున నలది
ఉల్లమునందున – తల్లడిల్లగా
ఏడ్చెడు రాముని – శాంతవాక్యముల
దేర్చగ అప్పుడు – తేరి రాఘవుడు.

192. వాలిని ఒక కోల – కూల్చి సుగ్రీవుని
చేసె కిష్కింధకు – రాజుగ పిమ్మట
కపిసేనలతో – కదలి సుగ్రీవుడు
వచ్చిరాములకు – జేజేల్ సలుపగ
రాములయనుమతి – గొని తన సేనలు
నాల్గు భాగములు –గానొనరించి
పనుపగ నీదగు – క్షేమము తెలియగ
వచ్చినవారిలో – ఒక వానరుడును !!శ్రీ!!

193. ఎవ్వడు వీడని – నీమది దలచిన
రావణాసురుని – కానేకాదమ్మ
జ్వాలాభీలత – గల శస్త్రాన్నిలొ
తల్లీ రావణు కూ–ల్చి భస్మముగ
చేసి కడలిలో – కలిపివైచెడు
అంతటి శూర శి – ఖామణి రాముడు
సందేహింపక – నన్ను పంపెను
వినుమమ్మా ఇక –నాదు విషయము!!శ్రీ!!

★మారుతి తన జన్మకథను వినిపించి ముద్రిక నొసగుట★

194. మాల్యవంతమను – పర్వతంబున
కేసరియనునొక – వానరుడుండెను
గోకర్ణము అను – పర్వతమునవొక
శంబసాదను క్రూ – రు రాక్షసుని
దివిజులు కోరగ – వానిని కూల్చెను
మెచ్చి దేవతలు – అంజని యనునొక
కన్యను కేసరి కొ – సగగ ఆమెకు
వాయుదేవునీ – వరమున బుట్టితి !!శ్రీ!!

195. తల్లి అంజనీ – అంశవాయువూ
పేరు హనుమయని – పిలుతురు తల్లీ
జాతి ఇయ్యదియె – జలనిధిదాటి
లంకిణి కూల్చి – లంకలొ చొచ్చీ
చూచితినమ్మా – ఇచ్చట నిన్నూ
సత్యముపలికితి – సందేహింపకు,
నిను దర్శించిన – సమయమునందున
గురుతుగ ఉంగరమొ – సగె శ్రీరాములు !!శ్రీ!!

★హనుమంతుని సీత ప్రశంసించి కుశుల వార్తలడుగుట★

196. ఉంగరమునుగని – సీతనమ్మనని
నీకొసంగుమనె – నని ఇచ్చె హనుమ
అదిగొని జానకి – కనులకద్దుకొని
హర్షాంబువులు – అపుడు కార్చుచు
అమితానందము – పొందుచు తనలో
రాకాచంద్రుని – కాంతిబోలు ముఖ
కాంతికల్గి – కపివర్యుని చూచీ
మృదుమధురోక్తుల – పలికెను జానకి !!శ్రీ!!

197. బుద్ధి బలమునూ – భుజబలమునుగల
ఇట్టి వారినే – రాములు పంపును
మతిహీనుని ఎటు – శ్రీరఘురాముడు
పనుపును యీపని – కని మదీ తలుతును
నీవు శూరుడవు – నీవు ధీరుడవు
నీవు సమర్థుడ – నీవే హనుమా
జలనిధి దాటి – రాగల వారెవ్వ
రిలలో లేరని – నామది తలచెద!!శ్రీ!!

198. నాయన మారుతి – నీవొనరించిన
ఉపకారమునకు – ఏమి యొసంగిన
ఋణము తీరదూ – హనుమా నిన్ను
వినుతి చేసితిని – విమల సుధోక్తులు
కుశయులె శ్రీరఘు –రామలక్ష్మణులు
కపులును సుఖులే – ఓ హనుమంతా
నన్ను కూర్చి వా – రెన్నడైననూ
తలతురతలపర – కలదివచింపుము !!శ్రీ!!

199. రాముడు కుశలిగ – రాజిలుచుండిన
అగ్నిజ్వాలవలె – మండుచు రణమున
గెడపక వీనిని – నుంచుట నాదగు
పాపఫలంబని – పలుకుదు పావని
శతృవర్గమును – సమరభూమినీ(లో)
దిమ్మ వదల్చెడు – ధీరుడు రాముడు
అంతశక్తిగల – రాముడు నేటికి
శవీనిపైన ఒక – బాణమువిడువడు !!శ్రీ!!

200. అన్నియు తెలిసిన – వాడవు నీవని
హనుమా అడిగితి – వినిపింతువు అని,
ఎన్నడు ఇక నా – కున్న బాధలను
తీర్చున తీర్చడ – చెప్పుము మారుతి
విహిత కర్మములు – పవలు రాత్రియును
సలుపున లేదా – విరహవేదనతొ
మరచి రాములు – నను స్మరియించుచు
మానున ఆపని – పలుకుమ హనుమా !!శ్రీ!!

201. అడవినకి వలదని – ఎంత తెల్పినను
వినక వెంటబడి – వచ్చికష్టములు
తనతో సమముగ – నుండిన నన్నూ
ఈగతి చేయుట – తనకిది ధర్మమా
కావరుడగు దశ – కంఠుని శిరములు
వాడి బాణముల – నరికి భూమిపై
ధర్మము నిలపెడు – ధీరుడు రాముడు
మానధనుడు ఇటు – మానుట ధర్మమ !!శ్రీ!!

202. రాముని తలపును – రాముని ఇచ్ఛయు
రాముని ప్రేమయు – రాముని నడకయు
రామునికథ ఇపుడు – దాచక చెప్పుము
కపికులశేఖర – వినియెద నీతో
కంటివి కద దశ – కంఠుని పలుకులు
కంటివి కద నా – కున్న బాధలను,
రెంటికి చెడి నేను – ఇలలో బ్రతుకుట
సార్థకమేమియు – లేదని తలతును

203. రామక్రోధాగ్నిని – రగుల జేయగా
సుమిత్రా సుతుడు – మరిది లక్ష్మణుడు
ఏలకొ చేయడు – అతనికి నాపయి
దయనిసుమంతయు – లేనిదాయెగద
హరువిల్లు విరచి – తాటకి గూల్చి
భార్గవరాముని – భంగపరచినా
బాహుబలంబు – నేడు సమసెనా
హనుమా ఏమని – పలుకుదు నాయన !!శ్రీ!!

204. బలుని విరాధుని – బలమణగించీ
ఖరదూషణులను – గండడగించీ
వేలరక్కసుల – లీలగ కూల్చిన
శ్రీరాముల బల – మభేద్యమనియును
రేపోమాపో – రాముడొచ్చునని
లెక్కపెట్టుచూ – నుంటిని హనుమా॥
ఇన్ని దినంబులు – గడచిన గానీ
నాపై రాముల – కింత కఠినమా !!శ్రీ!!

205. రావణు రూపము– రావణు పలుకులు
వినినను చూచిన – భయము జనించును.
వీని కొంప ఇక – నేలపాలుగా
ఎన్నడు చేయునొ – శ్రీరాముండని
కన్నుల నీరు కా– ర్చి ఏడ్చెడు
సీతను చూచీ – శ్రీ హనుమంతుడు
శోకము బాపెడు – ధైర్యోక్తులతో
పలికెను వినుమని – పలువిధములుగా !!శ్రీ!!

★హనుమ శ్రీరాముల విషయము తెలుపుట★

206. అమ్మా రాముడ –నన్య మనస్కుడు
అన్యమేది స్మరియిం – పడు తనలో
నీరూపంబును – నీగుణంబులు
నిత్యము తలచుచు – నుండును తల్లీ
మలయసుమేరు – మందర హిమగిరి
భూధరములపై – భూదేవి సాక్షిగా
శపథమొనర్చి– సత్యము పలికెద
రాముల విషయము – అమ్మా వినుము !!శ్రీ!!

207. తెరపి లేక జను – దివ్యశరంబుల
సాగరమింకించి – కపిసేనలతో
కదలివచ్చి యీా – లంకాపురమును
చిచ్చుపాలుగా – చేసి వైచెడు
కడు భుజబలుడగు – శ్రీరఘురాముడు
అగ్నికీలవలె – మండి రక్కసులు
కాల్చి భస్మముగ – మాడ్చి కడలిలో
కలుపును నీకిక – సంశయమెందుకు !!శ్రీ!!

208. భండనంబునను – దండధరుని వలె
నుండి రక్కసులు– చెండు శిరమ్ములు
దండి శరంబులు – నుండు రాము కడ
నుండ జూచితిని – అమ్మా సీతా
రాముల కెగ్గున – రించెడు వారలు
ప్రాణాల్ తనువునా – నిలుపుకొనుటకూ
చాలరునెవ్వరు – నా వాక్యంబులు
తల్లీనమ్మెము – ఇది నిజమమ్మా !!శ్రీ!!

209. ఆకులో ఆలుములో – కొద్దిగ ఫలములో
ఆకలి తీరెడున–ట్టుల భుజియించు
ఆలోచనతో – అట్టులె యుండును
తల్లీ నీ పయి – తలపుండుటచే
దోమలు ఈగెలు – పాములు తనువున
ప్రాకుచున్ననూ – రాముడెరుంగడు
అన్యమేమిస్మరి –యింపక రాములు
హా సీతాయని – కలవరపడు తల్లీ

210. విరహవేదనయె – పడియు దేహమును
దినదినమ్మునకు – తరుగుచుండునూ
సింహము చేతిలో –చిక్కిన కరివలె
పూటపూట కృ – శయించును తల్లీ
ఫలములో పూవులో – పచ్చిక బయలులో
కమనీయమ్మగు – కాసారములో
చలువరాళ్లో మరి – సైకతస్థలములో
కాంచినపుడు – నిను కలవరించును !!శ్రీ!!

211. కౄరాస్త్రంబులు – దండిగ నేసి
క్షణములలో వార్ధిని – ఇంకించు గద
రామచంద్రునకు – రావణుడనెంత
రామశరాగ్నిలో – వీడొక శలభము
రాములకెదురై – అమరేంద్రాదులు
నిలచిన రణములో – నిలువున కూల్చును
అంతటి దోర్బలు– డమ్మరాముడు
నీకిక శోకము – ఎందుకు తల్లీ |శ్రీ||

212. నీ యునికియు తన – కేమియు తెలియక
ఇంతకాలమూ – గడచెను తల్లీ
ఇదె నేపోయిన – వెంటనే కపులతొ
కదలి వచ్చి దశ – కంతుని దృంచుచు
మూడు లోకముల – నేలెడి ప్రభువు
మూడు మూర్తులకు– దీటగు దేవుడు
అట్టి రాముడూ – అడవులలో బడి
నెటులో కాలము – గడుపుచునున్నాడు !!శ్రీ!!

213. నిజము వచించితి – నీకడయని హను
మంతుడు పలికిన – పలుకులకప్పుడు
తనలోనున్న – దుఃఖమెల్లనూ
బాసి చంద్రగతి – భాసిల్లిముఖము
శ్రీహమమంతుని – కని ఇట్లనియెను
మధుర వాక్యముల – మైథిలి మరలా
నాయన మారుతి – విధికృతమెవరిని
వదలదు మనమిక – ఎంతటివారము !!శ్రీ!!

214. దినకర చంద్రులు – దివ్యప్రభావులు
నలుదు పురూరవు – డనుమహనీయులు
ఎంతటి బాధలు – పొందరె వినమా
వారికన్న మన – మెక్కువవారమె
పాపి రావణుడు – పలికిన పలుకులు
పడి సహియింపగ – రాదుగ మనసున
రెండునెలలుగ – డు వుంచినాడుగద
అంతలోన మీ – రందరురండిక !!శ్రీ!!

215. అంతవరకు యీ – తనువున ప్రాణము
నిలుపుకొందునూ – అటుపై మారుతి
నిలపగకాదని – చెప్పిరాములను
తెమ్మని ఏడ్వగ – కపివరుడిటులనె
సందేహింపకు – సత్యము పలుకుదు
సరగునపోయి – రాములకంతయు
విన్నవించి నేన్ – తోడ్కొని వచ్చెద
కను నీరిడకుమ – కమలదళాక్షిరొ !!శ్రీ!!

★సీత రామలక్ష్మణులు వచ్చు మార్గమెట్టులనుట★

216. అన విని జానకి – నాయన మారుతి
కపి సేనలు ఎటు – కడలి దాటెదరు
రామలక్ష్మణులు – వచ్చు మార్గమెటు
ఇది నా మదిలో – తీరని సంశయ
ముగను నున్నదన – పావని పలికెను
అచ్చటనున్న – నగచరులందరు
అధికులు వారలు – అందులొ నేనొక
అధమ వానరుడ – గాను బరగుదు !!శ్రీ!!

★హనుమ సీతకు తగిన సమాధానం చెప్పుట ★

217. సూర్య చంద్రుల – పగిదిగవాదగు
భుజములనెక్కి – రామలక్ష్మణులు
వచ్చెదరమ్మా – రాములముద్రిక
నీకునొసంగుట – నీ కుశలంబును
నరయుట నమ్ముట – కేమి గుర్తుయన
సీత ఇట్టులనె – చిత్రకూటమున
రాముడు తన – శిరము వ్రాల్చినా
యూరువులందున – నిదుర జెందగ !!శ్రీ!!

★సీత హనుమంతునకు కాకాసురుని సంగతి తెలుపుట

218. ఇంద్రుని కొమరుడు – కాకి రూపమున
వచ్చి మదీయా కు – చముల యందున
కాటువేయగా – రక్త బిందువులు
రాముల శిరమున – పడగ లేచి కని
ఆగ్రహపరుడై – దర్భను చాపము
నందు గూర్చి మం – త్రించి వేయగా
భూమ్యాకాశము – మంటలుగ్రమ్మగ
కావు కావుమని – కాకి భయపడి

219. సత్యలోకమునకేగి – బ్రహ్మను
శరణని వేడగ – నాతో కాదనె
కైలాసంబున – కరిగి శంకరుని
శరణని కోరగ – రామ నామమును
ధ్యానమొనర్తును – దానినాపుటకు
నాతో కాదు – నీవిపుడే పోయి
శరణని రాముల – పదములనంటుము
తప్పక రక్షించు – రఘురాముడుయన !!శ్రీ!!

220. బ్రహ్మేంద్రాదుల – పరమేశ్వరుని
అందరి వేడిన – అందరు కలసి
నిను రక్షింపను – మాకుకాని పని
మూడులోకముల – విడువక తిరిగి
కడకు శ్రీరాములె – గతి నాకనుచును
కావుకావుమని – కలవళించుచు
అరుచుచు ఏడ్చుచు – అసువులపైనా
ఆశతొ కాకము – అలమటించుచు

221. చని శ్రీరాముల – పదముల శరణని
వ్రాలగ కరుణతొ – బ్రోచెను రాముడు
కాకముపై తను – ఇంతటి కోపము
చూపిన రావణు – నేలజంపడొకొ
పాణిగ్రహణము – నాటి పల్కులను
మరువకటంచని – యనె జానకియను
చెంగటలేమిచె – మరచెను రాముడు.
జ్ఞాపకార్థమివు _ కలుగజేయుమయ !!శ్రీ!!

222. అనదయటంచని – కాకి మీద తను
కోపము చూపెను – క్రోధమూర్తియై
బలముకల్గినా – పంక్తికంఠుపయి.
బలము చూపుమని – పత్నియనియెనను
మానధనుడు శ్రీ – రాముడటంచని
భువిలో కీర్తిని – వెలసినవాడని
భార్యను దొంగిలి – తెచ్చిన
రావణుని చంపకేల క్షమి–యించి యుండెనని !!శ్రీ!!

223. విషముతొ సమమగు – శరములు రావణు
తనువున వైచీ – ప్రాణాల్ దీయుచు
ముక్క ముక్కలుగ – నరికి వైచునని
కనుల పండువుగ – నెపుడు చూతునని
సీతపల్కెనని తెల్పు – ము హనుమా
ఆర్తనాదములు – ఆకసమంటగ
పీన్గుల పెంటలు – వాడవాడలా
ఎప్పుడుండునటు – చేయురాముడను!!శ్రీ!!

224. రామశరాగ్నిచే – కాలగలంకయు
రక్కసులందరూ – అగ్నిలొ కూలగ
అప్పటికంజని – తనయా సీతకు
ఆత్మశాంతియని – చెప్పుము తండ్రీ
పురుషకారమును – శక్తిని జూపీ
పురుషోత్తముడను – కీర్తిపొందుమను
ఆపని చేయక – ననుగొని పోవక
యుండిన రాములు – పరువు చెడును అని !!శ్రీ!!

225. బుడబుడ కార్చుచు – భాష్పపూరములు
తుడుచుకొనుచు త – న పైట చెరంగుతొ
వలవల ఏడ్వగ – వెంటనె మారుతి
అమ్మా ఎందుకు – శోకించెదవు
ఇంతకాలమెటు – గడపితివమ్మా
కొంతకాలమిక – ఓపిక పట్టుము
నాతో సరియగు – వానరసేనతొ
వచ్చి వీని పురి – ధ్వంసము చేతుము !!శ్రీ!!

★హనుమ తన నిజస్వరూపము సీతకు చూపుట★

226. అంతవరకు నెటు – లుండుదునంటిన
ఎక్కమునాదగు – భుజముల మీదను
జాతవేదుడెటు – హవిశ్శు నింద్రువ
కెటు జేర్చునొ అటు – జేర్చుదు పతి కడ
అనిల తనూజుడ – నగుట వలనను
జవమున బలమున – సముడను తండ్రికి
ఆకసవీధిని – పోవు నన్నుగని
అడ్డగించువా – రెవ్వరు లేరమ్మ!!శ్రీ!!

227. అని పల్కిన శ్రీ – హనుమంతునితో
ననుగొని వారిధి – నెటు దాటుదువు
యుక్తిగొప్పదీ – రూపు చిన్నది
మెచ్చవచ్చు నిను – మేటి దూతవని
అనవిని మారుతి – తన రూపంబును
చూపదలచి – తన దేహము పెంచీ
నిలచి యిట్టులనె – ఓ మాయమ్మా
ఎక్కము నాదగు – భుజములపైన !!శ్రీ!!

228. జంకులేక యా – లంకానగరము
పాదుతొ పెరికీ – కొనిపోవుదునని
పలికిన మారుతి – విశ్వరూపమును
చూచి పలికెను – చక్కని పలుకులు
తెలియక పల్కితి – తెలిసిన చింతును
అంతటిపనికీ – తగినవాడవయ
ఇందులకొక సం – దేహము నా మది
కలిగెను తెల్పుదు – వినుమది హనుమా !!శ్రీ!!

★సీత తాను రాకుండుటకు కారణమును తెల్పుట ★

229. హనుమంతా నీ – దేహము చూచీ
భయపడి రాక్షస – కాంతలు పరుగిడి
దశకంఠునకూ – తెలుపగ నాతడు
మండు నగ్నివలె – మండుచు వెంటనే
పంపును భటులను – రణము చేయగను
అప్పుడు వారలు – ఆయుధములతో
వచ్చి దారిలో అ – డ్డగించి నిను
యుద్ధము చేయగ – నిలునిలుమనెదరు!!శ్రీ!!

230. వారితొ నీవెటు – పోరు సల్పుదువు
నన్నెటు బ్రోతువు – ఆసమయంబున
చూపువారిపై – పెట్టియుందువు
మారుతి నీకిది – పెద్ద భారము
అంబరవీధిని – అరుగుచుండగా
అపుడు సముద్రము – నందు పెద్దగా
ఆకసమంటెడు – అలల గాంచినేన్
భయపడి సంద్రము – లోన పడినచొ!!శ్రీ!!

231. సాగరంబులో – జలచరములునన్
తప్పక భక్షించు – విడుచున మారుతి
అటుగాకసురులు – అసురేంద్రునకు
అర్పణజేసిన – క్రూరుడు నన్ను
కడిఖండలుగా – కోసితినుండని
వారికాజ్ఞ ఇడ – వ్యర్థము నీపని
పరుల నంటుట – పాపమటందురు
పాపి రావణుడు – తాకడయనుటకు !!శ్రీ!!

232. కారణమున్నది – వినుమది భీకర
కాయముగల్గిన – రావణుగాంచీ
మూర్ఛవచ్చి పడి – పోయి వుండు తరి
తెచ్చి రథముపై – జేర్చియుండగా
అంతట మెలకువ – గల్గి చూచినా
మానసమందున – శాంతి వహించీ
భస్మము చేయక – నాడె క్షమించితి
ఎందుకనెదవా – విను హనుమంతా!!శ్రీ!!

233. శాపంబిచ్చిన – ఒకడు చచ్చునని
తక్కిన క్రూరులు – చావరు అని మది,
వీని కులంబును – నిర్మూలించుట
నింతవరకు క్ష– మియించితి హనుమా
రాముడు రావలె – రావణువంశము
మూలమట్టముగ – చంపుట మేలని
భావన చేసియె – రానను చుంటిని
సాధ్వి ధర్మమిది – యగుగద మారుతి !!శ్రీ!!

234. నాయన మారుతి – ననుగొని పోవుట
కర్హుడవగుదువు – విను నా ధర్మము
రాముల శక్తియు – నాకు తెలిసియు
నీతో వచ్చుట – సరిగాదనుదును
ఇంతకు రాముల – గౌరవంబునకు
హాని కల్గు గద – అయ్యా హమమా
బలము చాలక – పరులతొ రాముడు
సీతను బడసెను – యనరా భువిలొ !!శ్రీ!!

235. అన విని పావని – పతివ్రత ధర్మము
చాల మెచ్చుకొని – రూపమణంచీ
పోయి వచ్చెదను – ఓయమ్మాయని
పదముల వ్రాలి – వందనములు నిడి
సెలవిమ్మాయని – పలుకగ మారుతి
పలికెను సీతా – భామిని(దేవియు) తనలో
నున్న భావమును – దీన స్వరముతో
కనుదమ్ములలో – కార్చుచు నీరును !!శ్రీ!!

★సీత తన సందేశ వార్తలు తెలుపుతూ హనుమకు శిరోరత్నమొసగుట★

236. ఎట్లు చెప్పినను – శ్రీరాముడు కపి
సేనతొ వచ్చును – అటులనే తెల్పుము
ఈ విపదాంబుధి – కీవె నావయని
మదిలో నమ్ముదు – మరువకు హనుమా
అన్నిటికీవే – కారణుండవని
ఆశతొనున్నాను – మరువకు తండ్రీ
రెండు నెలులు ఎట్లొ – ఓపిక ప్రాణాల్
నిలుపుదు నటుపై – ప్రాణాల్ విడిచెద !!శ్రీ!!

237. అచ్చట నుండిన – మన వారందర
అడిగితినని పలు – మారు పల్కుమా
కార్య భారము – నీపైనున్నది
కాలహరణమూ – చేయకు నాయన
అని తన శిరము – నందున దాచిన
చూడామణినిచ్చి – సీత వచించెను
కళ్యాణకాలము – నందున మాతండ్రి
నాకుయొసంగిన – ఇంద్రదత్తమిది !!శ్రీ!!

238. ఈ మణిగాంచిన – వెంటనె రాముడు
నను చూచినయటు – నమ్మును తండ్రీ
అనుమానింపక – ఓ ఆంజనేయా
ఆదరించి నిను – విశ్వసించును
ఆపద వేళల – ఆదరింపని
నాథుడుండియు – ఫలమేమికయని
కన్నులనిండా – నీరుకార్చుచూ
సీత పల్కెనని – తెల్పుము హనుమా !!శ్రీ!!

239. అగస్త్యుడొసగిన – ఘనమగు ధనస్సు
గాధిజుడొసగిన – అస్త్రశస్త్రములు
అన్ని కల్గియు – వీనిని కూల్చక
యుండుట నా దుర – దృష్టముయనుమనె
బడుగు జటాయువు – పాపము నాకై
ప్రాణము వదలెను – పాపి రావణుతో
పక్షికి వుండిన – కరుణయు వలదా
ఇంత కఠినమా – శ్రీరాములకను !!శ్రీ!!

240. కఠినవ్రతంబుల – ఉపవాసములతో
సీతకృశించిన– దనియని అనుమూ
రాముడె గతియని – బ్రతిమాలినదని
తుది వాక్యంబులు – పలికినదనుము
తాటకి కూల్చుట – తాపసియాగము
సంరక్షించుట – శంకరువిల్లును
విరుచుట గొప్పని – పలుకరు నిన్నూ
రావణు గూల్చుట – రణశూరుడనుదురు !!శ్రీ!!

★హనుమ సీతతో సెలవు గొని కార్యశేషమాలోచించుట★

241. సమ్మతి నీసతి – సందేశమ్మును
వినిమది తనకెటు – తోచినయట్టుల
కానిమ్మని మీ – కాంత పల్కెనని
కన్నులనిండుగ – నీరు కార్చుచూ
కరువలి తనయా – కలది వచింపుము
అన్నిటికీవూ – ఆధారుడవని
ఆడి పోసుకుని –అనదరీతిగా
ఆక్రోశించుచు – అలమటించుచు !!శ్రీ!!

242. అని నీసతియని – అనుమా హనుమా
మరది సుమిత్రా – తనయు లక్ష్మణుని
అడిగినదని పలు – మారుపలుకు మా
చెప్పినవన్నియు – మరువకు మారుతి
శుభమగు పొమ్మని – బనుపగ హనుమ
సెలవునుగొని తన – కార్యశేషమును
ఆలోచించెను – నావలకరిగి
రావణునకు తన – రాక తెలియగా !!శ్రీ!!

243. ఒకపని ఇప్పుడు – చక్కబడినది
వేరొక కార్యము – వున్నదికదయని
చేయక పోవుట – సరికాదనుకొని
చేసెను యోచన – తన మదిలో ఇటు
మంచిమాటలు – వినరు రాక్షసులు
లంచమిత్తుమన – లొంగరు దానికి
భేదముకల్గదు – వారిలో వారికి
దండనయగు తగు – సాధనంబు అని !!శ్రీ!!

244. చెప్పిన పనిని చే – యుట మధ్యము
దని యనుదురుగద – రెండవ పనిని
చేసిన ఉత్తము – దని పేరొందును
అది ఏ పనియగు – నేది చేయుదును
చూడగ ఎంతో – సోయగ మీ వన
మంతయు పెరికీ – నేలపాలుగా
చేసెద ఎండిన – అడవిని కాల్చెడు
అగ్ని విధంబుగ – – అపుడు రావణుకు !!శ్రీ!!

245. మండుచు నాపైకి – భటులనుపంపును
వారు వచ్చెదరు – వారినందరిని
భండనంబునను – గుండెలు చీల్చి
యమలోకమునకు – వేగమె పంపెద
అప్పుడు రాములు – శక్తినంతకను
విప్పిచూచుకొని – తప్పని రాముల
పదములపై బడు – రావణాసురుడు
ఇది మంచిదియని – ఆంజనేయుడు !!శ్రీ!!

★హనుమ అశోకవనమును గూల్చుట ★

246. శ్రీరఘురాముడు – సీతామాతయు
బ్రహ్మదేవుడును – దేవేంద్రుడాదిగ
ఎల్లదేవతలు – ఇచ్చిన వరములు
నను రక్షింపగ – నాకు అండగా
యుండగనన్నియు – భయమేమికయని
పావని తనలో – శంక లేక తను
సంతోషంబున – స్వామి రాఘవుడు
సంరక్షింపగ – నాకేమి భయమని!!శ్రీ!!

247. వాలము పెంచీ – వసుధకు మోదీ
దైత్యులు బెదరగ – దేహము పెంచీ
సింహనాదమును – జేసి మారుతీ
గంతులు వైచుచు – కడు భీకరముగ
ఫలములు భక్షించి – తేనెలు ద్రావుచు
కూకటి వ్రేళ్లతొ – చెట్లను పెరికి
ఆటమలలను – అవనికి గెడపి
కాసారములను – బూడ్చి వైచుచు !!శ్రీ!!

248. కొమ్మలు విరచుచు – కుప్పలువేయుచు
పూలగుత్తులను – తృంచుచు మేడల
నేలపాలుగా – కూలద్రోయుచు
తేనె తెట్టులను – కాలరాచుచు
పూపొదరిండ్లను – వనమును చెరచుచు
అల్లిబిల్లిగా అ – ల్లరి చేయుచు
వనపాలకులను – పట్టి చంపుచు
తోట ద్వారముల – కూలద్రోయుచు !!శ్రీ!!

249. పక్షులు చెదరగ – మృగములు బెదరగ
బిట్టుగ కేకలు – మారుతి వేయగ
స్వస్థానంబులు – భయపడి విడచి
దిక్కుదిక్కులకు – పరుగులు తీయగ
సీతయుండిన – శింశుపమొక్కటి
తప్ప తక్కినవి – ధరణిపాలుగా
చేసిన మారుతి – తోరణద్వారము
నందు కూర్చొనగ – సీతను చూచి !!శ్రీ!!

250. రాక్షసకాంతలు – అడిగిరి అప్పుడు
ఎవ్వడు యీ కపి – ఎందుకు వనమును
చెరుచుట కారణ– మేమొ తెల్పుమన
తెలియదు నాకని – సీత పల్కి మరి
పాముల కాళ్ళూ – పాములు కేయగు
ప్రాణాపాయము – యగునటు మీలో
నుండిన మాయలు – మీకే తెలియును
నాకెటు తెలియును – అని జానకి యనె !!శ్రీ!!

★రావణుడు హనుమ పైకి యుద్ధ వీరుల పంపుట★

251. పరుగిడి వారలు – లంకాపతితో
జరిగిన సంగతి – సర్వము తెలుపగ
మండిపడుచు – నుద్దండవీరులను
ఎనుబదివేలు – భటులను పంపెను
రాక్షసులప్పుడు – మారుతిపైకి
పలకలు కట్టెలు – బల్లెములీటెలు
కరకు కత్తులును – కరవాలంబులు
పట్టిత్రిప్పుచును – పంతములాడుచు !!శ్రీ!!

★హనుమ రాక్షస వీరుల వధించుట★

252. కేకలు వేయుచు – కోతలు కోయుచు
కోతి యెంతరా – మనకని యనుచు
వచ్చి వానరుని – చూచి రాక్షసులు
చుట్టుముట్టుకుని – బిట్టుగమోదగ
లెక్కపెట్టకవి – నొక్కపెట్టునను
చుట్టి వాలమున – కట్టినందరిని
ఇనుప స్తంభమును – గిరగిరత్రిప్పుచు
తాటిపండ్లవలే – తలలు రాల్చకని !!శ్రీ!!

253. చావక మిగిలిన – వారు పురంబున
కరుగుదెంచి తమ – రావణుకంతయు
విన్నవింపగా మం – త్రి ప్రహస్తుని
పుత్రుల నేడ్గుర – పొందెనె వారలు
వేలమంది భట – వర్గముతోడను
రథగజ తురగ ప – దాతి దళముతొ
పెండ్లికి పోయెడి – వారి రీతిగా
జయరణభేరుల – ధ్వనులతొ వెడలిరి !!శ్రీ!!

254. వీరుని శూరుని – ధీరు కపీంద్రుని
గాంచి రక్కసులు – గల్లని కేకలు
వేయ వారిపై – దుముకి మారుతి
సింహనాదము – ను చేసి వారితొ
తన వృత్తాంతము – వినుపించెను ఇటు
నేను శ్రీరాముల – దాసుడు భాస్కర
తనయుని మంత్రిని – పవనుని పుత్రుడ
హనుమంతుడు అను – నామమువాడను !!శ్రీ!!

255. ఋష్యమూకమున – యుండెడువారలు
వాయువేగులూ – వానరులెందరొ
వారిలో నేనొక – అధమ వానరుడ
ఇపుడె పోయి మీ – రాజుకు దెల్పుడు
లేదు లంకయని – మీరు లేరు అని
వచ్చిపురంబును – పాదుతొ పెరికీ
నుగ్గు చేసి నడి – సముద్రమందున
ముంచివైతురని – చెప్పుడు పొండనె !!శ్రీ!!

256. మారుతి మాటల – కలిగి రక్కసులు
ఒక్క తాకునకు – అందరు పైబడి
ఆయుధముల చే– నలగగొట్టుగా
భగ్గున మారుతి – మండి బండగొని
వ్రేయుచు కొందర – దంచుచు కొందర
పిండిగనందర – నలగగొట్టుచును
నేలకు మోదుచు – పాముల గరుడుడు
పట్టి చంపు గతి – చంపుచువారల !!శ్రీ!!

257. రాళ్లతొ రువ్వుచు – కాళ్లతొ త్రొక్కుచు
రభసముగాకపి – రణము చేయుచును
పీన్గు పెంటలలొ – లయకాలుడొయన
శోభిల్లె మారుతి – సురలు మెచ్చగా
రక్తము నదులుగ – ప్రవహింపగనపు
దందులొ ప్రేవులు –శిరములు కరములు
కాళ్లు నూరువులు – ఎముకలు కండలు
తేలియాడ మరి – భూతములాడెను

258. తప్పిన వారిని – తప్ప అందరిని
కూల్చి తోరణము – నందునజేరి
లంకకు ఎదురుగ – కూర్చుని యుండగ
కొందరరిగి – దశకంఠుని గాంచీ
విన్నవించిరిటు – ఓ మహాప్రభూ
కోతి కాదు ఒక – పెద్ద భూతమది
పోవు వారు– చనిపోవడమే యన
సింహమువలె – గర్జించి రావణుడు !!శ్రీ!!

★రావణుడు జంబుమాలిని యుద్ధమునకు పొమ్మనుట ★

259. యుద్ధమునందు – ప్రసిద్ధతేజుడగు
జంబుమాలినీ – పొమ్మనె కపిపైకి
కనలి వాడుతగు – సేనా దళములు
సేకరించుకుని– శీఘ్రమె వెలువడి
కనకమయంబగు – ఘనమగు రథమున
కార్ముకాదిఘన – సాధనములనిడి
ఠీవిగ కూర్చుని – కపివరు మీదికి
గజరథహయభట – వర్గంబులతో !!శ్రీ!!

260. పణవ భేరులూ – ఘణఘణ ఘణయన
జంట తప్పెటలు – ఝణ ఝణ మ్రోగగ
కోతితొ వీడిక – ఏనుగునోయని
జంబుమాలినీ – కని తన వారలు
పర్వకాలమున – పొంగు కడలి గతి
అరచుచు లాగులు – వేయుచు వారలు
వచ్చు ఘోష విని – వానర వీరుడు
మెచ్చుచు తనలో – వారి రాక గని!!శ్రీ!!

261. ఉండు కపీంద్రుని – వైపు జేరి ను
ద్దండ తరక్కుసు – లొక్క తాకునను
కండలు నొవ్వగ – ఛిండి వాలములు
చెండుచునుండెడు – రాక్షసులకని
చంద్రనిప్పువలె – మండుచుమారుతి
సైనికదళముల – లోన మెచ్చికసి
తీరగనందర – ఇనుప స్తంభమును
గిరగిర త్రిప్పుచు – మోది చంపగ

★ఆంజనేయుడు జంబుమాలని వధించుట★

262. జంబుమాలి కని – చేత ధనువుగొని
అస్త్రంబులు పదు – నారు హనుమపై
నాటవేయగను – కనలి కపీంద్రుడు
అచటయున్ననొక – బండను గైకొని
ఎత్తి రథముపై మొత్త – నదియు భువి
హత్తిన రీతిగ – హతమై వాడును
అంతకు పురమున – చెంత చేరగా
మిగిలినవారలు – లంకకు వెడలగ

263. అలసట తీరగ – ఆంజనేయుడూ
తోరణస్తంభము – నందున కూర్చొని
యుండగనంతట – అసురులు కొందరు
రావణు సన్నిధి – కేగి తెల్పిరిటు
స్వామిలంకేశ్వరా – తమరు పంపినా
జంబుమాలి కపి – చేత చచ్చెనన
కోలతొ కొట్టిన – సింహకిశోరము
వలెగాండ్రించుచు – మంత్రికుమారుల !!శ్రీ!!

264. కని ఇట్లనియెను – రావణాసురుడు
కపిని బట్టి వధిం – పుడు పొండనె,
అప్పుడు వారలు – ఇండ్లకు పోయి
అనువగు కవచ–ములను ధరియించి
కనకమయంబగు – ఘనమగు రథములు
యందున కూర్చొని – అరువదివేల
భటులతొ వెడలిరి – రణము చేయగను
బయలదేరి హను – మంతుని కనుగొని!!శ్రీ!!

265. చుట్టుముట్టుకొని – దనుజులుకొట్టగ
లెక్కచేయకను – మారుతి వెంటనే,
అట్లె తాకుచును – నందర భూమికి
బలిగా చేయుచు – ప్రాణాల్ తీయుచు
నున్న మారుతిని – క్రన్నన చూచీ
యూపాక్షుండును – వాడి బాణములు
నాటవేయ కపి –కాయము నందున
వూట కాల్వ వలె – రక్తము కారగ !!శ్రీ!!

★హనుమ సేనాపతు లైదుగురను వధించుట★

266. మండి ఎగసి విను – వీధినుండి విడి
పిడుగు రీతి పడి – వాని రథంబును
వాడును నుగ్గయి – వసుధ కూలగని
ప్రఘసుండనువా – డంతరౌద్రమున్న
వేయి బాణములు – వేయ కపీంద్రుని
వైళమెవానీరథ– కూబరముల
పట్టిగిర్గిరాత్రి – ప్పుచునేలకు–
మోది చంపగను – దుర్ధరుడాపయి !!శ్రీ!!

267. భాసకర్ణుడూ – విరూపాక్షుడును
పట్టరాని రుష – పట్టలేక కసి
తీరగ ముప్వురు – దివ్యశరంబులు
కుప్పకుప్పలుగ – వేసి కపీంద్రుని
ఎడము లేక తను – వెల్ల గ్రుచ్చబడి
బుడబుడ రక్తము – మెండుగ ప్రవహింప
గుండునొకటి గొని – భాసకర్ణు తల
పగులవేయగా – చచ్చి వాడు పడ !!శ్రీ!!

268. విరూపాక్షుని – దుర్ధరు రథముల
నుగ్గుచేసి బిగ – బట్టి యిద్దరిని
గిర్రున త్రిప్పుచు – బండకు మోదగ
మొత్తుకొనుచు హ– తశేషులు పరుగిడి
దశకంఠునితో – దనుజులు నేవురు
చచ్చిన విషయము – సర్వము తెలుపగ
కృద్ధపన్నగము కైవడి – రోజుచు
కన్నకొడుకు బలు– నక్షయునప్పుడు !!శ్రీ!!

★అక్షయుడు యుద్ధమునకు బయలుదేరుట★

269. కని ఇట్లనియెను – కాలాంతకు గతి
క్రాలుచు కోతిని – చంపుడు పొండనె
చెప్పిన వెంటనె – రథమును సారధి
తెచ్చినిలుపగా – అప్పుడక్షయుడు
వేలకు వేలు భ – టులు వెంటరా
పణవ భేరులూ – ఘణ ఘణ మోయగ
చండ భానువలె – మండుచు రయమున
హనుమంతునిపై – దాడి వెడలెను !!శ్రీ!!

270. వివిధాంబరములు – మణిభూషణములు
శోభితుడై దశ – కంఠుని తనయుడు
ఎక్కి రథంబున – పోవగ చూచీ
వచ్చునొ చచ్చునొ – కోతితా వీడని
నగరమునన్ గల – అసురాంగనలు
పలుకుచుండ విని – అట్టహాసములు
చేయుచు మారుతి – చెంత చేరగనె
ప్రళయానలువలె – మండెనుహనుమ !!శ్రీ!!

271. దీపము సన్నిధి క – రిగెడు మిడతల
విధమున నొప్పుచు – అసురులు కపిపై
పర్వతంబుపై మొ – గులు గ్రమ్ము విధ
మందరు తాకుచు – కట్టెల బాదుచు
కొట్టగగుంపులో – అట్లె దుమికి కపి
ఇనుప స్తంభమును – పట్టి త్రిప్పుచూ
తలలుపగులగా – కొట్టుచు కొందర
రక్తము గ్రక్కగ – కొందర త్రొక్కుచు!!శ్రీ!!

272. కాళ్ళుచేతులను – విరచుచుకొందర
శిరములు వ్రయ్యగ – శిలలతొ రువ్వుచు
భూమికి బలిగా – జేసెడు కోతిని
హెచ్చరించి బలు – దక్షయుడిటులనె
చప్పిడి మూకల – చంపినంతటనె
సాహసపరుడని – జనులెంచరుగా
శక్తియుండిన – సమరములో నన్ను
గెల్చిన ఉత్తమ – శూరుడవనుదురు !!శ్రీ!!

273. అనుచు వెంటనే – ఆరుబాణములు
రొమ్మున నొసటను – నాటవేయగా
బొట బొటరక్తము – కారగ మారుతి
చిట చిట కన్నులు – చీదరించుకొని
బండనొకటను – ద్దండ బలంబున
ఎత్తి లావునను – విసరివేయగా
దండి బలుడు ఆ – అక్షయు డప్పుడు
చంద్రనిప్పువలె – మండి గ్రావమును !!శ్రీ!!

274. పది బాణములతొ – చిదపరలై
పడ వ్రేయగ మారుతి – వృక్షముపెరికీ
వైళమె విసరగ – దానిని శరముల
తునుకులుగా ఖం – డింప అక్షయుని
గుండు నొకటిగొని – గండుమీరి కపి
కుంజరుడరదము – విరుగగొట్టు కవి
కత్తి చేతగొని – గగనమార్గమున
కెగురు అక్షయుని – కనుగొని మారుతి !!శ్రీ!!

275. వీని స్వరూపము – వీని ప్రతాపము
వీని ధైర్యమును – వీని పటుత్వము
వీడొనర్చు విలు – విద్యయు చూడగ
వీనిని కన్నది – వీరమాతయగు
వీనిని కూల్చగ – నా మనసొప్పదు
కూల్చకున్న అ – వమానము తప్పదు
సైరణ చేయుట – సరిగాదనుకొని
కనికరమింతయు – లేక మారుతి !!శ్రీ!!

★హనుమంతుడు అక్షయుని వధించుట★

276. యోగమార్గమున – యోగేంద్రుని వలె
జనెడు వారిగతి – వచ్చు అక్షయుని
చూచియు పావని – చోద్యమంది మది
వచ్చు అపాయము – నాకికయనుచు
గిరగిర తిరుగుచు – వచ్చు అక్షయుని
చూచియు మారుతి – రుద్రరూపుడై
దివిజులు మెచ్చగ – దనుజులు బెదరగ
సింహనాదమును – జేసిరయంబున !!శ్రీ!!

277. కాళ్లు రెండు బిగ – బట్టి త్రిప్పుచును
బండకు మోదగ – పగిలి శిరంబును
దండధరుని పురి – జేర అక్షయుడు
గుండెలదరి హత – శేషులుకొందరు
వ్యథతో పరుగిడి – లంకకు పోయిరి
మేల్ మేల్ మేలని – మారుతిపైనా
దేవతలెల్లరు – పూలవర్షమును
కురిపించుచు మరి – దేవదుందుభులు
మ్రోగింపగ కపి – మోదమందుచును !!శ్రీ!!

★రావణుడు అక్షయుని గూర్చి శోకించుట ★

278. తోరణమందున – మారుతి జేరగ
అక్షయుండు రణ – మందున చచ్చును
రావణుండు విని – హా! యని ఏడ్చుచు
పరిపరివిధముల –పరితపించె ఇటు
నాయన అక్షయా – రణమునకోతిచె
ప్రాణాల్ వదులుట – నాకది చిత్రము
మేటి శూరుడవు – మేటి బలుండవు
నేటికి దుర్దశ – నెట్లుపొందితివా !!శ్రీ!!

279. సుకుమారుండవు – సుప్రసిద్ధుడవు
సుమహిస్త్రములు – ఎన్నోగల్గియు
అధమ వానరుడు – నిన్నెటు చంపెను
నా మది నమ్మగ శ్రీ – జాలను కొడుకా
నినుగనకుండిన – మేన మణములు
ఏ విధి నిలుపగ – జాలుదు తనయా!
నీవు లేకున్న – నాకీ లోకము
అస్తమించినటు – నాకు దోచెగద !!శ్రీ!!

280. లక్ష కుమారులు – యందును నీవూ
మేటిబలుండవు – మేటి శూరుడవు
దివిజేంద్రాదులు – దీటుగారు అని
నమ్మియుంటి గద – నాయన నిన్ను
కని నిను పెంచిన – కన్నతల్లితొ
ఏమనియందును – అంతమైతివయొ
నినునెడబాసి – ఎటులుండుదును
ఎటునేజనుదను – ఎట్లు బ్రదుకును !!శ్రీ!!

281. ఈ దుఃఖాంబుధి – నెటు తరియింతును
నిను చూడకుండిన – నిలవదు ప్రాణము
నిర్జరులాజిలొ – నిను నిర్జింపగ
జాలరు ఎటు కపి– చంపెను కొడుకా
జీవితమికనే – చాలించెదనూ
అని తన తలలను – మోదుకొనుచును
హా! కొడుకాయని – అక్షయ యనుచు
ఆక్రోశించుచు – హా! యని ఏడ్వగ !!శ్రీ!!

282. అప్పుడు ఇంద్రజిత్తు – తండ్రీయని లేచి
ఈ మేఘనాథునకు – మేనప్రాణములు
కలిగియుండగా – ఏడ్చుట న్యాయమె
మన అక్షయుడు – శూరులు పోయన
స్థలమునకును పోయె – చూడుము తండ్రీ
ఆ వానరునిక – బ్రహ్మాస్త్రముతో
కట్టి తెచ్చెదను – నా కాజ్ఞ ఇడుమూ
అనియెడు పుత్రుని – పలుకులు వినుచు
ఇట్లని పలికెను – ఇంద్రజిత్తుతో !!శ్రీ!!

283. నాయన ఇంద్రజిత్తు – కోతి కాదు అది
పెద్ద భూతమని – నామదిదోచును
ఎనుబదివేలా – మంది భటులను
ఏడ్వురు సేనా – పతుల దళమ్ముల
జంబుమాలిని – మంత్రి పుత్రులను
అక్షయునిందర – ఈగతి చంపెను
తెలివి తేటలతొ – కలహమొనర్చి
పట్టితెమ్ము ఆ – కోతినిచటకని !!శ్రీ!!

★ఇంద్రజిత్తు యుద్ధమునకు బయలుదేరుట★

284. ఆజ్యము వ్రేల్చిన – అగ్ని కరణమది
భగ్గున మండీ – చివుకున లేచీ
రమమున గృహ – మున కరిగి సారథిని
రథమాయత్తము – జేసి తెమ్మన
చిరుగంటలచే – అలురునదియును
కనకమయంబగు – ఘనమగు రథమును
అప్పుడు తెచ్చీ – జవనాశ్వంబుల
కట్టిన రథమును – రయమున గాంచీ !!శ్రీ!!

285. వివిధాయుధములు – అస్త్రశస్త్రములు
పదిలముగానిడి – అరదములో తను
మణిభూషణములు – మహితాంబరములు
దాల్చి ధనస్సును – కరమునబట్టీ
భటవర్గముతో – బయలుదేరగా
జయరణభేరులు – ఘణ ఘణ మ్రోగగ
దిక్కులదరగా – చని హనుమంతుని
గాంచి కేకలూ – వేయు దైత్యులను !!శ్రీ!!

286. పురికొల్పగ తను – ఒక్కతాకునను
ముసల ముద్గరా – ములుతో మోదుగ
హనుమయప్పుడు – కడు రోషంబున
మండుచు అసురుల – పైకి దుముకి వడి
కొందర కేలను – కొందర కాళ్లచె
కొందర రాళ్లతొ – కొందర మ్రొకుల
లాంగూలమ్మున – కొందరకట్టుచు
గిర్గిర తిప్పుచు – నేలకు మోదుచు!!శ్రీ!!

287. నఖముల జీరుచు – పండ్లతొ కొరుకుచు
పిడికిలి బిగియించి – కొందర గ్రుద్దుచు
రొమ్ముతొ కొందర – తెలగ ద్రొబ్బుచు
పరిపరి విధములు – ప్లవగవీరుడు
చలిచీమలను – కాలరాచు గతి
నలిగా నేలకు – బలియొసంగుచు
లయకాలుడెయన – వెలయుచు రణమున
దనుజుల నెల్లను – కూల్చుచుండకని !!శ్రీ!!

288. అంతట ఇంద్రజిత్తు – తన రథంబును
హనుమకు నెదురుగ – నిలిపి ధనస్సును
కరమున గైకొని – కరకు బాణములు
హనుమంతునిపై – వడివడి వేయగ
అవి లక్షింపక – ఆంజనేయుడు
అటు ఇటు తిరుగుచు – నొక బండనుగొని
వైవగ ఇంద్రజిత్తు – వాడి శరంబుల
ముక్కముక్కలుగ – చేసివేయగని!!శ్రీ!!

289. ఒకచో నిల్వక – ఒకచో నుండక
అంతట తానుగ – తిరిగెడు హనుమను
చూచి అసాధ్యుడు – వీడని తలచి
అన్యాస్త్రములతొ – అంతము కాదని
పట్టితెత్తునని – ప్రతిన యొనర్చితి
తండ్రి సన్నిధిని – తరు చరునెట్టుల
కట్టుట లక్ష్యము – నకు నిల్వదు గద
అనుచు విచారణ – జేసిఇంద్రజిత్తు !!శ్రీ!!

290. ఇద్దరు శూరులు – ఇద్దరు ధీరులు
ఉభయులు పోరెడు – కలహము చూచీ
సిద్ధులు సాధ్యులు – అవురా యనుచు
దివిజ గణమ్ములు – దేవపథమ్మున
దివ్యయానములు – సంచరించుచు
చూచుచునుండిరి – చోద్యమందు చూ
అంతట ఇంద్రజిత్తు – నాకవమానము
తప్పదు అని తన – మదిలో దలచి !!శ్రీ!!

291. బ్రహ్మయొసంగిన – బ్రహ్మాస్త్రముతో
కట్టివైతువని – కరువలి సుతుపై
ధనువున సంధింప – పుడమిచలించెను
దశదిశలన్నియు – దద్దరిల్లెను
కులగిరులేడును – గడగడలాడెను
దీనిచె ఏమగునో – కద పావని
యనుచు సమీరుడు – అఖిలదేవతలు
కలుగు శుభంబని – కపివర్యునకని !!శ్రీ!!

★హనుమ బ్రహ్మాస్త్రమునకు కట్టుబడినటులుండుట★

292. అని దీవింపగ – నంతట ఇంద్రజిత్తు
బ్రహ్మాస్త్రంబును – ఆంజనేయుపై
వేయగవేగమె – వచ్చి వానరుని
కట్టి వేయగనె – కట్టుకు లోబడి
యుండునట్లుగా – నుండియు మారుతి
జననీజనకులు – సీతారాముల
సత్కృప నాపై – చల్లగయుండిన
భయమిసుమంతయు – లేకయుండునని !!శ్రీ!!

293. బ్రహ్మాస్త్రంబున – ప్రాణ భయంబు
నీకు లేదు అని – బ్రహ్మ పల్కెమును
ఇతనికి నావలె – ఇచ్చి యుండునని
ఆయన వరమును – మన్నించుట తగు
రాత్రి కాలమున – లంకానగరము
చూడవలను పడ – దయ్యె నాకు అని
రావణు కనుగొని – పలుకరించుటకు
తరుణమిదేనని – మారుతియుండగ !!శ్రీ!!

294. రాక్షసులప్పుడు – దృఢమగుతాళ్లతొ
కదలకుండ కపి – వర్యుని కట్టుచు
తెచ్చి రథంబున – కట్టియుండగా
సూర్యుని కాంతికి –మంచు విరుగునటు
విడివడనస్త్రము – ఏమిది చిత్రము
ఏమి మహత్వము – వీనిది అనుచూ
అనుకుని ఇంద్రజిత్తు – నుండగ మారుతి
తెలిసి భయంబును – లేకయుండెను !!శ్రీ!!

295. ఆనందముతో – రాక్షసులప్పుడు
శ్రీహనుమంతుని – తీసుకవెళ్లుచు
కొమ్ములు భేరులు – మ్రోగించుచు పురి
రాజమార్గమున – రాగ ఇంద్రజితు
వీడు కోతియని – రండు చూడుడని
పట్టి తెచ్చితిమి – బలమణంచితిమి
మనవారందర – కూల్చిన కపి ఇది
కావలసిన పని – కోతికైనదని !!శ్రీ!!

★ఆంజనేయుని రాక్షసులు రావణు కొల్వుకూటమున కూలవేయుట★

296. కూతలు వేయగ – కోతిని చూడగ
అతివలు కొందరు – నగరమునందున
కోటలు బురుజులు – కొమ్మనెక్కి
చూచి మారుతిని – సంతసించి మది
కరుణ లేకనూ –కారులు పల్కుచు
కొట్టుడు చంపుడు – కోతిని యనుచు
పరుషములాడగ – రాక్షసులప్పుడు
అందరు పైబడి – యార్చి పేర్చుచు !!శ్రీ!!

297. తిట్టుచు కొట్టుచు – నుండువారలను
హనుమంతుడు విను –చుండి వారి కని
పెట్టుకునుచు మరి – వడ్డితొ తీర్చుదు
నను కొనుచుండియు – అణగియుండగా
కొల్వుకూటమూ – ముందర రథమును
ఆపి లోనికి – ఇంద్రజితు పోయి
తెమ్మన భటులు – తెచ్చి రావణుని
కొల్వు కూటమున – కూలవేయగని!!శ్రీ!!

298. ఇంద్రజితు తండ్రితొ – ఇట్లని పలికెను
ఇతని సామాన్యగ – జూడకు మీ మది
బ్రహ్మాస్త్రంబును – పనిచేయక అది
విఫలంబాయెను – ఈతని కతమున
అనగ కపీంద్రుని – అసురేంద్రుడు కని
మును శాపంబును – నాకు నొసంగిన
నందీశ్వరుడు – ఇతడని మదిలో
సందేహించుచు – అనుకొనుచుండగ !!శ్రీ!!

★హనుమ రావణుని దర్శించుట★

299. మారుతి యంతట – తనలో రావణు
వైభవంబునకు – చాల మెచ్చుకొని
కిమ్మనకుండగ – కదలక మెదలక
పెంచి వాలమును – కూర్చని యుండగ
నాల్గు వైపులను – నల్వురు తనయులు
మధ్య రావణు – డురమణిమయమౌ
కనకాసనమున – కాంతులెగయగా
నవ్యాంబరముల – శోభితుడయ్యెను !!శ్రీ!!

300. ఘనులగు మంత్రులు – ఘనముగ కొల్వగ
వేల కొలది భట – వర్గములుండగ
నాకు లోకపతి – కెనయగు ఠీవితొ
మేరుశిఖరి వలె – మెరయు శరీరుని
ధర్మపరుడుగా – మారిన ఇతడు
మూడు లోకముల – నేలునంతటిని
శక్తి కల్గి నా ఘను – డితడగునని
రావణు చూచీ– మారుతి తలచెను !!శ్రీ!!

★ప్రహస్తుడు హనుమంతుని ప్రశ్నించుట

301. అటుపై రావణు –డా ప్రహస్తునితొ
అడుగుము వీనిని – ఆజలొదైత్యులు
చంపుట వనమును – నేలపాలుగా
చేయుట ఎందుకు – ఎవ్వరి వాడని
ఎవరు పంపగా – వచ్చినవాడో
సర్వము తెలియగ – ప్రశ్నించుముయన
అంత ప్రహస్తుడు – అనియె హనుమతో
ఎవడవు నీవు – నిజము వచింపుము

302. నీకిక ఎవ్వరు – దిక్కేలేరిట
నీవే దిక్కని – రావణు వేడుము
నిజము పల్కుము – నిను విడిపింతును
కల్లలు బల్కిన – లేదు నీకు తల
ఎవ్వరు పంపగ – వచ్చితి విచటకు
వచ్చిన వానివి – నూరకపోవక
వనమును గూల్చుట – అసురులు చంపుట
సకారణమేమది – తెలియ బలుకుము !!శ్రీ!!

303. ఎవని పుత్రుడవు – ఎవ్వరు పంపిరి
నామమేమియని – పిలుతురునిన్నిట
పలువ తనంబున – పంక్తికంఠునకు
తప్పుచేసితివి – ముప్పు తప్పదన
జడియక మారుతి – పంక్తికంఠునితొ
పలికెనునిట్టుల – వున్నది వున్నట్టు
అంతమైనేన్ – అసత్యమాడను
సత్యమె చెప్పెద – లంకాపతి విను !!శ్రీ!!

★హనుమ తన్నెరింగించి రావణునకు నీతి బోధించుట★

304. అవనిలొ లంకా – నగరము చూచుట
కందమైనదని – అనుకొనుచుండగ
చూడవచ్చి యీ– సుందరమగు మీ
అశోకవనమును – చూచితి రావణ
ఆకలిబాధతొ – అశోకవనమున
మధురఫలంబుల – భక్షించితిని
నైజగుణంబున – కొన్ని వ్రాకులను
పెరికి వైవగా – అంతటమీరు !!శ్రీ!!

305. నన్ను పట్టమని – పంపగ భటులను
వేగమెవచ్చి – నన్నుకొట్టగా
ప్రాణభీతితో – చంపితి కొందర
ఇందులొ తప్పిద – మేమి వున్నదయ
నాతల్లి అంజని– తండ్రి కేసరి
నా పేరు సుందర – హనుమంతుడనుదురు
జాతి ఇయ్యదియె – సత్యముపల్కెద
అన్యులు బంపగ – అరుగ లేదు విను !!శ్రీ!!

సుందరకాండ | 153

306. ఎనుబది నాలుగు – లక్షల జీవులలో
అంతరాత్మగా – అలరినవాడును
అఖిలలోకముల – తనయాధీనము
లోననుంచుకొని – పాలన చేయుచు
నుండెడు వాడెవ – డగునో రావణ
వానికి దాసుడ – గాను బరగుదు
ఇతరుల సాయము – నాకు ఎందుకూ?
నీవన నాకిక – భయము లేదు గదా!

307. దిక్కు ఎవ్వరూ – లేరని తలపకు
మీకూ నాకూ – ఎవ్వరు దిక్కు
సకల జగాలకు – ఆ దేవుడె దిక్కు
అతని భక్తులకు – భయమేయుండదు
ఎవని నామమును – మదిలో దలచిన
సర్వ పాపములు – సమసిపోవునో
అట్టి రాములు – నాతోనుండగ
నీవే దిక్కని – పలుకను నేనిక !!శ్రీ!!

308. ఇంద్రజిత్తు – బ్రహ్మాస్త్రమునాపై
వేయగనిష్ఫల – మయ్యెను నాయెడ
బ్రహ్మచేతనేన్ –బడసితి వరమును
అందువలననేన్ – బ్రతికితి రావణ
నేనిటరాగల – కారణమును విను
తమతో నేను – కొన్ని విషయముల
ముచ్చటింపగా – కోరిక గలిగీ
వచ్చితి వినుమని – సావధానముగ!!శ్రీ!!

309. సత్యపరాక్రముడుగు – శ్రీరాముడు
సీతను వెదకుచూ – శబరిని చూచీ
ఋష్యమూకమున – జేరి సుగ్రీవుతొ
చెలిమి యొనర్చీ – వాలిని త్రుంచి
కిష్కింధను రవి – తనయునకొసగగ
సుగ్రీవుడు కపి – సేనలబంపెను
నాల్గు దిక్కులకు–సీతను వెదుకగ
అందులొ నేనొక – అధమవానరుడ !!శ్రీ!!

310. రామదూతనై – వెదకుచు సీతను
జలనిధి దాటీ– సరగునలంకలొ
చొచ్చి అశోకపు – వనమును కంటిని
పరమ పతివ్రత – సీతను చూచితి
నిను దర్శించితి – హితమును నీకూ
బోధించుటకై – కట్టుబడితిని
నీ సభయందున – ఎందరుండినను
భయము లేక నేన్ – చెప్పెదన వినుమయ !!శ్రీ!!

★హనుమ రావణునకు తత్వోపదేశము చేయుట ★

311. పరమార్థంబును – పరమహితంబును
ఎరిగింతును విను – విశదముగా అది
విని నడచినచో – ఇహపరసుఖములు
నీకు కల్గు గద – ఓలంకాపతీ!
సువివేకంబున – సువిచారంబున
శుభగుణములతో – కూడి మెలగుచు
పాపరూపమగు – పనులను వదలి
పుణ్యమునొసగెడు – పనులు చేయుమయ !!శ్రీ!!

312. పాపకృత్యములు – చేయుట వలన
బంధములొసగును – ప్రకృతి జీవులకు
సాత్వికకర్మలు – సలుపుచునుండిన
భవభయంబులూ – పరుగులు తీయును
బ్రహ్మవంశమున – నుద్భవమొందీ
విశ్రవసు బ్రహ్మకు – కుమారుండవై
ఇంతచెడ్డపని – చేసితి వెందుకు
బుద్ధిమంతులా – లక్షణమిదియా?!!శ్రీ!!

313. బ్రహ్మకులంబున – జన్మించియు ఇటు
పరకాంతలను – బలిమిని గైకొని
తెచ్చుట నీతియ – అడుగుము పెద్దల
తగునా యీపని – దనుజకులాధిప
దేహము నిత్యము – కాదని తెలిసీ
మోహము త్రెంచీ – గేహము వెలువడు
నతడుత్సాహము – తోడనుపొందును
శ్రీహరి ధ్యానము – వలన ముక్తిని !!శ్రీ!!

314. దృశ్యము మిథ్యయని – దృక్కు నిజంబని
ఇంద్రియ సుఖములు – విషతుల్యములని
భావించియు పర – మాత్మని చింతన
పరుడైయుండిన – పరమును గను గద
ఆత్మ ఒక్కటే – అన్ని దేహములు
అన్ని వస్తువులు – నున్నదటంచని
తనవలె ఇతరులు – దలచి హానికర
మేమియొనర్పని – వాడె ఉత్తముడు !!శ్రీ!!

315. సత్యాహింసల – రెంటిని మనుజుడు
నిత్యము వదలక – పాటించినచో
తప్పకనతడూ – ముక్తి మార్గమును
పొంది సుఖించును – ఓ లంకాపతి!
విహిత కర్మములు – విడువక చేయుచు
ఫలమును ఈశ్వరు – కర్పణ చేయుచు
నరుడిల మెలగిన – పరమ సుఖంబును
పొందును సత్యము – పొరపడబోకుము !!శ్రీ!!

316. మానవజన్మము – ముక్తికి మంచిది.
పోయిన దొరుకని – శ్రేష్ఠజన్మ ఇది
భవబంధనములు – నొసగెడు కర్మలు
చేయక నడువుము – క్షేమము కలుగును
ఎఱ్ఱగ క్రాగిన – ఇనుపగుండుపై
పడిన జలంబుల – పగిది జీవితము
క్షణములో ఆగి – పోవునటుంచని
నిత్యము కాదని – నీ దేహముయని !!శ్రీ!!

317. జలబుద్బుదము – సకలభోగములు
శాశ్వతమనుచును – నీ మది తలచకు
విద్యుల్లతవలె – బోలు సంపదలు
ఆయువు క్షణములో – ఆగిపోవు గద
సంసారంబను – సాగరంబున
ఈదుచు తుద మొద – లెరుగకు నీవు
జననమరణమూ – లను వాటిలోబడి
బాధలొందకుము – ఫలము లేదు గద!!శ్రీ!!

318. రామ నామమును – రాత్రింబవలును
ఏమరకెప్పుడు – నిత్యము ధ్యానము
చేయుము నీకది – క్షేమము గూర్చును
సత్యము నా వాక్కు – సల్పుము ఆ పని
సర్వము తెలిసిన – మహనీయుడవు
ఇంకను ఇటుపై – వక్రమార్గముల
నడచిన నీకిక – రక్షకులే లేరు
మోసపోవక – నా మాటలు విను !!శ్రీ!!

319. పరమాత్ముండును – ప్రకృతియు జీవుడు
నిత్యులు వీరలు – తక్కనవన్నియు
బూటకమని – నీ బుద్ధిని తెలిసీ
సిద్ధిని కను తెరు –వెద్దియొ కనుమయ
తారక నామము – మరువక ధ్యానము
చేయుము మోక్షము – శీఘ్రముకల్గును
సురముని మొదలగు – పరమ మునీంద్రులు
నెరిగి తరించిరి – నిజమిది రావణ !!శ్రీ!!

320. సంసృతియనియెడు – సంసారాబ్ధిని
దాటుటకదియొక – నావయౌను గద
నిరవధికముగా – నిరపాయముగా
దాటి పోవుదువు – ధ్యానము చేయుము
సర్వ భూతముల – సర్వేశ్వరుడే
సర్వసాక్షిగా – నుండెడు వాడని
తప్పులు చేయక – నెప్పుడు మెప్పగు
కర్మలొనర్పుము – కడతేరుదువు !!శ్రీ!!

321. జననమరణమూ – లనువాటిలోబడి
బాధలునొందక – పరమసుఖంబగు
మోక్షపదంబును – పొంది సుఖింపగ
సాధనమగు యీ – తనువు నొసంగిన
తండ్రిని మరచీ – ఇతర మార్గమున
నడచిన నీవెటు – గమ్యస్థానమును
చేరలేవు గద – సాత్విక పథమున
నడువుము రావణ – నీకు శుభంబగు !!శ్రీ!!

322. నేను నాదియను – అజ్ఞానంబున
నా వారనుచును – నీ వారనుచూ
నీవారనువారు – ఎవ్వరు లేరు
నాదను వస్తువు – ఏది లేదు గద
అన్నియు తానని – అఖిలము తానని
అనియెడు తత్వము – మదిలో నిలిపి
ఆత్మారాముడె – అన్నియటంచని
ఆత్మలో చింతన – చేయుము రావణ !!శ్రీ!!

323. శృతులును స్మృతులను – సకల శాస్త్రములు
మొకటే దైవము – యని పల్కెను గద
పెక్కురుదైవము – లున్నారనుచును
పొరబడబోకుము – బాధలొందుదువు
మనసుతొ కనులతొ – కనునదియెల్లను
మాయ విలాసము – అని మది తెలిసీ
మమతను త్రెంచీ – మానసమున శ్రీ
రామనామమును – ధ్యానము చేయుము !!శ్రీ!!

324. పాపపుణ్యములు – లేవని తలచకు
ప్రకృతిలోనున్న – జీవులు చూడుము
హెచ్చుతక్కువలు – గల భేదంబులు
కనులతొ చూచీ – కనుగొను దైవము
ఎవరే విధముగ – కర్మమొనర్తురొ
ఆ విధి వారలు – కర్మఫలంబుల
అనుభవించెదరు – మరుజన్మంబుల
తప్పదు రావణ – ఎవ్వరికైనను !!శ్రీ!!

325. దేహమె రథము – అశ్వములింద్రియాలు
మనసే పగ్గములు – బుద్ధియె సారధి
జీవుడె రథికుడు – గానుబరగును
ఇందులొ కూర్చొని – రథికుడను జీవుడు
విషయసుఖాటవు – లందున తిరుగుచు
వివిధ యోనులను – పుట్టుచు చచ్చుచు
నుండునటంచని – తెలిసి తత్వమును
శాశ్వత సుఖమును – పొంది సుఖింపుము !!శ్రీ!!

326. పంచభూతములు – పది ఇంద్రియముల
పంచవాయువులు – మనస్సు బుద్ధియు
చిత్త మహంకృతి – యనియెడు నిరువది
నాల్గు తత్వముల – అమరిన దేహము
అందులొ జీవుడు – పరమాత్ముండును
యుండియు జీవుడు – కర్మఫలమ్ములు
అనుభవించు గద – అజ్ఞానంబున
పరమాత్మునకవి – లేక యుండుగద

327. తానొకడేనని –తనువులు వేరని
అన్ని దేహములు – ఆత్మయున్నదని
ఆత్మతత్వమును – తెలుసుకొనినచో
ఎవరు నీకు ఇల – శత్రువులుండరు
కులమును విద్యయు – ధనము బలంబును
వయసు ఇవన్నియు – చివరకు రావణ
నిష్ఫలమేయగు – కాపాడవు అవి
కాచువాడు పర – మాత్ముడుయొకడే !!శ్రీ!!

328. కామక్రోధమను – ఆరు గుణంబులు
నీకు శత్రువులు – ఎవరులేరు గద
అందరనొకటిగ – చూడుము నీకిక
అందరు మిత్రులె – యగుదురు రావణ
వాడు వీడుయను – భేదము విడిచి
సమహితతత్వము – నీ మది కనుమయ
అపుడెకల్గును – ఆత్మకు శాంతియు
శాంతిచె మోక్షము – తప్పక కలుగును!!శ్రీ!!

329. మాయను మిథ్యగ – తెలియుము తత్సుత
మెల్లను కల్లయని – కనుగొని మదిలో
తనువే నేనని – తలపకు సాక్షిని
నౌదునని నిశ్చయ – మొనరించి ఆత్మలో
ఆత్మను జేర్చి – అనవరతంబును
తన్మయతత్వము – పొంది సుఖించిన
వాడే జగతిలో – మరుజన్మంబును
లేని స్థితిని గని – ఆనందించును.

330. నామరూపముల – నగపడు ఈ జగ
మెల్లను చూడగ – కల్లగ దోచును
వున్నది లేనట్లు – లేనిది వున్నట్లు
గాకను పట్టును – మాయ విలాసము
రజ్జువు సరము – వలె నున్నటులు
నెట్టులనగుపడు – నట్టుల జగమగు
కావున మిథ్య నీ – కాయము నిత్యము
కాదను తత్వము – పిమ్మట తెలియును !!శ్రీ!!

331. నీ సతులెంతో – పరసతులంతని
మదిలో తలచీ – మానుము యీపని
మానకుండినచొ – మానము ప్రాణము
పోవు నా వాక్య – మపోహముగాదు
మధ్యస్తుండను – మరియు వానరుడ
ఇరువుర శుభమూ – కోరి పల్కెదను
నా పలుకులు విని – సీతను గొని చని
రామ చంద్రునకు – అప్పగింపుము !!శ్రీ!!

332. తప్పక రక్షించు – దయతో నిన్ను
ధర్మపరుడు శ్రీ – దశరథరాముడు
మొప్పెతనంబును – విడువకయున్న
నీకే ముప్పగు – తప్పదునామాట
అనుభవంబునకు – వచ్చినయపుడు
అనుకొనియెదవూ – నా వాక్యంబులు
తమతొ సుగ్రీవుడు – కొన్ని చెప్పుమనె
వినిపించెద వినుమవి – సావధానముగ !!శ్రీ!!

★హనుమ సుగ్రీవుని వాక్యములు వినిపించుట★

333. ధరణి అయోధ్యను –రాజధానిగా
పరిపాలించెడు – పరమపావనుడు
ధర్మకోవిదుడు – ధార్మికగుణుడు
శాంతస్వభావుడు – సత్యశీలుడగు
దశరథ నృపతికి – తనయులు నల్వురు
అగ్రసుతుండయి – అలరు శ్రీరాములు
ధార్మికజన – సంరక్షణ దక్షుడు
కరుణామయుడు – కలుషాపహరుడు !!శ్రీ!!

334. సత్యసంధుడు – సత్వగుణుండు
సద్యశోభరితుడు – సాధుజనంబుల
బ్రోచువాడు పర – మార్థ బోధగురు
పూజితుండు బుధ – సేవ్యమానుడు
పితృవాక్య పరి – పాలనార్థమై
తరలిదండకలో – తమ్ముడు భార్యయు
పంచవటీ తట – సుస్థితులైయుండ
వంచనతో తన – భార్యను సీతను !!శ్రీ!!

335. సద్గుణ చరితను – శాంతసమేతను
నుతజనపోషిత – ధరణీజాతను
పతిహితరతియై – పరెగెడు సాధ్విని
అపరలక్ష్మి వలె – అవతరించిన
సీతను అడవిలో – కోల్పడి రాముడు
చేరియు నాతో – చెలిమి యొనర్చెను
వారికి సాయము – చేయవలసెనని
పూర్వమైత్రి పా – టించి పొమ్ము అనె !!శ్రీ!!

★హనుమ రావణునకు మరల ధర్మవాక్యములు బోధించుట ★

336. ఇకనే చెప్పెదు – నీతులు కొన్ని
కలవు చెప్పెదను – వినువో రావణ
ఇహమున పరమున – సుఖమొసంగును
నిండుమతిని ఆ – లించి వినుమయా
నీవు సామాన్యుడ – వీవు కావు గదా
ధర్మశాస్త్రములు – చదివినవాడవు
పదివేలేండ్లుగ – బ్రహ్మను కొల్చి
పెక్కువరంబులు – బడసినవాడవు !!శ్రీ!!

337. ఇట్టి వాడవయి – ఇతరుల భార్యల
బాధింప న్యాయమ – నీకిది ధర్మమ
నీవు గాక మీ – వారందరును
సర్వనాశనము – అసురాధిప విను
సర్వ అనర్థాలకిది – యే మూలము
సర్వము తెలిసిన – బుద్ధిశాలురిల
దోషమనక మ –రి చేసియుండిరె
తెలుపుము రావణ– తేటుపడగను !!శ్రీ!!

338. సీతారాముల – కపకృతియగు పని
చేసియుండిరా – ఎవరైనను భువి
నీవొకనివి ఇటు – నీచపు పనిని
చేసియుంటివి – సకలము తెలిసి
ధర్మయుక్తమును – నీకు శుభంబగు
నా హిత వాక్యము – పెడచెవినిడకు
సత్వరముగ శ్రీ – రాముల భార్యను
బుద్ధిగలిగి అ – ర్పింపుము అతనికి !!శ్రీ!!

339. శోకతప్తయగు – సీతాదేవిని
చూచితి నేను – అశోకవనంబున
రాముడు చూడ – నిమిత్తమాతృడే
ఆమె కోపాగ్నిలో – నీవు భస్మము
నావశమందున– సీతయున్నదని
వార్ధి దాటి ఎటు – వచ్చు రాముడని
తలపుకు మా విధి – ఒకే బాణమున
సాగరమింకించి – నీ పొగరణచును !!శ్రీ!!

340. ఆమెను తాకుట– అయిదు తలలు గల
సర్పరాజమును – తాకిన విధమగు
కోరి నీవు నీ – కొంపకు చిచ్చును
నీవె పెట్టుకొను – గతి కనుపట్టును
విషముతొ కూడిన – అన్నము భుజియింప
జీర్ణము ఏ విధి – చేసుకొనుటకు
సాధ్యముకాదు – అటులే సీతను
పొందు కోరితివి – పొగరు తనముతో !!శ్రీ!!

341. ఎంత భారమును – మనుజుడు మోయునొ
అంతబరువునే – మోయును సుఖముగ
మించిన బరువును – మోయగదలచుట
భారము తన కగు – ననిమది తెలియుము
ధర్మాధర్మము – నందుకలియదు
ధర్మపరుడు శ్రీ – రాముడు కావున
జయము రాములకు – తప్పక కలుగును
నీకనర్థములు – సంభవించు తుది!!శ్రీ!!

342. దుష్టులు స్వర్గసుఖం – బులు కోరిన
అది ఎట్టులనగు – అటులే సీతను
కలసి సుఖింతును – అనియెడు బుద్ధియు
మానుము యీ పని – మంచివాడవని
ఆర్యజనమ్ములు – కొనియాడరు నిను
ఎంతకాలమిల – యశము నిల్చునో
అంతకాలమును – అమరలోకమున
సుఖము పొందుదువు – సుస్థిరంబుగ !!శ్రీ!!

343. చిన్నవయస్సున తాటకి నిన్ మరి
దానిసుతుని సు – బాహుని కూల్చి
తపసియాగమును – సంరక్షించియు
రాతిని నాతిగ – చేసి అహల్యను
పరమశివుని విల్లు – తుంటలు చేసి
పరశురామునీ ద – ర్పము సడలించి
బలుని విరాధుని – బలమణగించి
ఖరదూషణులను – ఖండించెను గద !!శ్రీ!!

344. పదునాల్గు వేల – క్రూర రాక్షసులు
మూడు ఘడియల – కాలమందునను
భూమిక బలిగా – చేసియు రాముడు
సాధుజనులచే – సత్కరింపబడి
దుష్ట కబంధుని – తృళ్లణగించియు
శబరిని గాంచీ – సద్గతినొసగి
వాలిని కోలచె – కూలగనేశెను
ఒక్కడు రాముడు – నిక్కము రావణ !!శ్రీ!!

345. వాలి బలము నీకు – బాగుగ తెలియును
వార్ధిలొ నిను ముంచి – తేల్చిన వాలి
అట్టి వాలిని – మట్టు బెట్టెను
శూరుడు వీరుడు – ధీరుడు రాముడు
అతనితొ వైరము – శుభము గాదు విను
కొరవితొ తలనూ – గోకిన విధమగు
కావున సీతాదే – విని గొని చని
తప్పని రాముల – కొప్పజెప్పుము !!శ్రీ!!

346. నీబలమెంతా – పరబలమెంతని
తెలిసియాత్మలో – యుద్ధము చేయుము
బలవంతునితొ – వైరముబూనుట
ప్రాణభయంబని – పలుకురార్యులు
నేనొక్కడనే – నీపురమంతయు
పాదుతొ పెరికీ – కొని పోవుదును
అటుల రాముడు – నాకాజ్ఞ ఇవ్వలేదు
రామాజ్ఞ లేక నేన్ – ఊరకయున్నాను !!శ్రీ!!

347. రామ చంద్రుడూ – నిను చంపెదనని
ప్రతినదాల్చుటచె – ఆపని మానితి
లేకయున్న మీ – వారలెదురుగా
క్రిందికీడ్చి నిను – కాలరాచి నే
పోయి వుందు – క్షమియింపగ మిగిలావు
నిన్ను కూల్చుటకే – యీలోకంబున
మానవ దేహము – తానుస్వయంబుగ
దాల్చినాడు – శ్రీరామచంద్రుదు
ఆదిదేవుడగు – నాయన వినురా !!శ్రీ!!

348. మూడు లోకములు – ఎత్తి వచ్చినను
రామబాణమున – కెదురే లేదు
కాల్చి వైచెడు – ఘన భుజబలుడు
రాముడు మార – ఘురామ చంద్రుడు
చక్కని వీధులు – చాలా నీటగు
చుక్కలనంటెడు – మేడలు బురుజులు
కలిగియున్న – నీలంకానగరము
రగులక మునుపే – రావణ జాగ్రత !!శ్రీ!!

349. బ్రహ్మతొ ఆనాడు – బడసిన వరములు
రక్షణచేయవు – అవి నిన్ను రావణ
నరవానరులను – కడకు నెట్టితివి
వారలె వీరులు – కావున బ్రతుకవు
బ్రహ్మేంద్రాదులు – ప్రమథగణంబులు
కలసి రుద్రుడు – వచ్చిన గానీ!
రాముల కెదురై – నిలువగ లేరు
నీవన యెంతటి – వాడవు రావణ!!శ్రీ!!

350. నీ తపోఫలము – నేటికి సమసెను
పాప ఫలంబిక – అనుభవించెదవు.
అబ్ధిలొ దాగిన – అవనిలొ దూరిన
విడువడు రాముడు – కడచేయునునిను
ఆకలిగొనిన – ఆకృతి సింహము
ఏమి
అవును శ్రీరాములు – అతనికి నీవు
కరికి సమానుడ – వగుదువు రణమున
శరణువేడి లం – కాపురి నిల్పుకొ !!శ్రీ!!

351. నీవు మోసమున – పంపిన మారీచు
కూల్చెను రాముడు – దండకాటవిలో
పర్వతంబుతో – తగురు ఢీకొన్న
అది ఏమగునో – అదె గతి నీగతి
అని హనుమంతుడు – పల్కిన విని మది
మండిపడుచు – గ్రుడ్లెర్రగ జేసి
కోలచె కొట్టిన – క్రోల్పులి వలెను
కాంౖడని గాంౖడించి – పలికె రావణుడు !!శ్రీ!!

★దశగ్రీవుడు ఆంజనేయుని వధించుటకాజ్ఞాపించుట ★

352. ఏమిర వానర – ఎంత పొగరురా
నన్నే నీవిక – లెక్కచేయవా?
వదరుచునున్నావు – పీచమణంచెద
దిక్కు ఎవరు నీకు – తలుచుకొ ఇపుడే
దివిజేంద్రాదుల – దిక్పతులందర
గెల్చిన నన్నూ హే – ళన చేతువ
కారుకూతలూ – కూయుచున్నావు
కాలము నీకూ – కలసివచ్చినది!!శ్రీ!!

353. బడుగు బాపనుని – బక్క కోతిని
బూజుపట్టినా – భూతనాధుని
విల్లును త్రుంచుట – గొప్పలునౌనా
నన్ను గెల్చినపు – డెంచుము వానిని
తినుటకన్నమును – నుండగ కొంపయు
అనుభవించుటకు – ఆలు సుఖంబును
లేని వానిని – దీను దరిద్రుని
పొగడెద వేమిర – కోతీ వినుమురా !!శ్రీ!!

354. గొప్పగ యిచ్చట – కూయుచున్నావు
మును నిను త్రుంచీ – మీ వారందర
రామలక్ష్మణుల – రణమున చంపీ
సీతను భార్యగ – బడయుదునని యన
అంతట మారుతి – భగభగమండీ
పంక్తికంఠునితో – పలికెను యీరీతి
వేల రావణులు – నైనను నన్నిక
చెనకలేరు ఇక – చంపే దేమిటి? !!శ్రీ!!

★రావణుడు హనుమంతుని చంపమని ఆజ్ఞ చేయగా విభీషణుడు విని ధర్మము గాదని తెలుపుట ★

355. అని ఇటులాడగ – అలిగి రావణుడు
ఆజ్ఞ ఇడెను అట – నున్న భటులకు
ముక్కముక్కలుగ – వీనిని తరిగి
మహా ప్రీతితో – భక్షణ చేయుడు
అనినంతట సభ – నున్న విభీషణు
డన్నకు మ్రొక్కుచు – అపుడిట్లనియెను
దూతను చంపుట – ధర్మము కాదన్న
అన్నా! నా మాట – వినుమని పలికె !!శ్రీ!!

356. ఇతనిని చంపిన – నిచటకు రాగల
కపులెవ్వరునూ – లేరని తలతును
ఈ కపి పోకున్న – శ్రీరాములకు
విషయమేమియు – తెలియదు అన్నా
రాముడు రానిచొ – రాడని భయముతొ
పిరికిపంద వలె – కపిని చంపెనని
జనులనుకొందురు – ఇది తగదన్నా
కలహప్రియునకు – నీకిది మేలా !!శ్రీ!!

★రావణుడు హనుమ తోకను కాల్చి విడుచుమనుట★

357. దండనీతియను – శాస్త్రరీతిగా
దూతకు తగినా – దండనలున్నవి
తల గొరిగించుట – కురూపి జేయుట
వాత వేయుటో – గుర్తునుంచుటో
వీటిలో ఏదో ఒ – కటి యొనర్చిన
చంపుటకన్నను – ఇది శ్రేష్టమన్నా
అపుడు రావణుడు – అక్కడయున్న
భటులకాజ్ఞ ఇడె – తోక కాల్చుడని!!శ్రీ!!

358. పాతవస్త్రములు – నూనెలో తడిపి
తోకకు దళముగ – చుట్టుగ చుట్టీ
నిప్పంటించియు – రాక్షసులందరు
తిట్టుచు కొట్టుచు – వీధులు త్రిప్పుచు,
జాతర రీతిగ – కూతలు వేయుచు
డోళ్లు భేరులూ – ధమధమ మ్రోగించి
ఆగి ఆగి చతు – రంగవీధులలో
సంతోషముతో – విడువక త్రిప్పిరి !!శ్రీ!!

359. తోక కాలు కపి – వర్యుని కనుగొని
రాక్షస కాంతలు – సీతకు దెల్పగ
అప్పుడామెకు – ప్రాణాంతకమగు
బాధతొ హనుమను – ఇటు దీవించెను
మారుతి క్షేమము – మదిలో కోరుచు
పతియే దైవమని – రాములస్మరియించి
పరమసాధ్విగా – బరగుదునేని
ఆంజనేయులు – అగ్నికి కాలడు !!శ్రీ!!

360. పరమ పతివ్రత – యని నన్ను మారుతి
తలచినమాటయు – సత్యమైనచో
చల్లగ జ్వలనుడు – హనుమను బ్రోచును
అని దీవించుచు – సీత అప్పుడు
సుగ్రీవునితో – శ్రీ రఘురాముడు
మరది లక్ష్మణుడు – తరలి వచ్చి ఇటు
అసురుల ద్రుంచి – నను గొని పోవుట
సత్యమయినచో – అగ్ని చల్లబడు !!శ్రీ!!

361. వెంటనె శ్రీ హను – మంతుని దేహము
చల్లగ నయ్యెను – అప్పుడు మారుత
తలుపోసెను ఇది – సీతారాముల
కరుణయె కారణ – మని తలచెదను
నన్ను కాల్చుమని – ఆజ్ఞాపించిన
యీ నీచుని పురి – కాల్చి వైతునని
శ్రీరాముల మది – తలచి దేహమును
పెంచి కట్టులను – త్రెంచి రాక్షసుల !!శ్రీ!!

★హనుమ లంకను కాల్చుట★

362. ఇనుప స్తంభమును – పట్టి గిర్గిరా
త్రిప్పుచుదైత్యుల – కొట్టి చంపుచును
అంతటమారుతి – నగరద్వారముల
తోకతొ ముట్టించి – అటుఇటు తిరుగుచు
గృహములు మేడలు – అంతఃపురములు
కోటలు బురుజులు – కొల్వుకూటములు
నాటకశాలలు – పానశాలలను
అగ్ని దేవునకు – ఆహుతి చేయుచు !!శ్రీ!!

363. రావణుని మహా – రమ్య భవనమును
మంత్రి ప్రహస్తుని – మందిరంబును
కుంభకర్ణునీ – కుంభనికుంభుల
త్రిశిరు మహోదరు – ధీరునరాంతకు
మకరాక్షుని మహా – వజ్రదంష్ట్రుని
ధూమ్రాక్షుండతి – కాయునిండ్లకు
కాలనేమి ఘను – డింద్రజితు కొంపల
కగ్గి బెట్టు చూ – కేకలు వేయుచు!!శ్రీ!!

364. కాల్చక విడిచె – విభీషణు గృహమును
తక్కువ గృహముల – విడువక అగ్నిని
ముట్టింపగ అవి – మంటలు మండుచు
జ్వాలలెగయగా – మారుతి చూచీ
గంతులు వేయుచు – గల్లనియరచుచు
పల్టీలు కొట్టుచు – మంటలో నురుకుచు
అగ్నికి తోడుగ – వాయువు వీచగ
అంతట జ్వలనుడు – దగ్గన మండెను !!శ్రీ!!

365. ఎర్రగ తెల్లగ – పచ్చని రంగుల
అగ్నిదేవుడు – నాల్కలు చాపుచు
ఆకసమంటెడు – నట్టుల తోచగ
హాహా రవములు – అప్పుడు చెలగెను
పటపట చిటచిట – శబ్దము లెగయగ
ధగ ధగ భగ భగ – మంటలు వెలుగగ
ప్రళయ భయంకర – రుద్రరూపుడై
అసురులకపుడు – అగుపడె మారుతి !!శ్రీ!!

366. తెల్లకలువ వలె – నొకచో తెల్లగ
ఎఱ్ఱకలువ వలె – నొక చోట నెఱ్రగ
నల్లకలువ వలె – నొకయెడ నల్లగ
నగుపడెనప్పుడు – ఆ పురమంతయు
మేడలు కూలెను – భవనాలు పడెను
చూడగ పుణ్యము – లేదు స్వర్గమును
విధమున మంటలో – క్రిందికి దబదబ
పడి పాడయ్యెను – లంకా నగరము !!శ్రీ!!

367. కాలుచు కొన్ని – కాలుక కొన్ని
కాలీ కాలక – కాలుచు కొన్ని
విధవ రీతిగా – లంకా నగరము
అందమంత చెడి – విరూపమయ్యెను
చంటి బిడ్డలను – చంకలనిడుకొని
బాలింతలు ఆ – పొగమంటలలో
తప్పిపోవుటకు – దారులు తెలియక
వలవల ఏడ్చుచు – కూలువారును !!శ్రీ!!

★లంకలో గల స్త్రీ పురుషులు విలపించుట★

368. మంటలలో బడి – మలమల మాడుచు
అబ్బో మనమిక – యేమి చేయుదము
ఎవ్వరు దిక్కని – దీనత ఏడ్చుచు
నిదుర మత్తులో – నీల్గెడు వారును
ఏడ్చెడు వారలు – అయ్యోయనువారు
తలలు బాదుకుని – అరచువారును
లబ్బీసలాడుచు – బెబ్బరిల్లు చూ
రొమ్ము బాదుకొని – చచ్చువారును!!శ్రీ!!

369. మంటలలోబడు – మగువలు చూడగ
మేఘమునండీ – జారు మెరుపులా
రీతి చెలంగుచు – భాసిల్లుచుండగ
మారుతి నందర – చూచుచునుండుగ
హా! తండ్రీయని – హా! కొడుకా యని
హా! తల్లీయని – హా! బిడ్డాయని
హా! నాధాయని – హా! సతియనుచు
అయ్యయో యనుచు – అరచుచునెల్లరు !!శ్రీ!!

370. పిల్లలు కావగ – తల్లులు పడుచూ
తల్లుల బ్రోవగ – తనయులు కూలుచు
భార్యల కొరకై – భర్తలు చచ్చుచు
భర్తల జూచీ – భార్యలు చావగ
కాలెడు వారును – కూలెడు వారును
కాలీ కాలక –కుమిలెడు వారును
రకరకములుగ – నుండెడు వారల
చూచి మారుతిని – మెచ్చి దేవతలు!!శ్రీ!!

371. మేల్ మేల్ మారుతీ – మేలు చేసితివి
మెచ్చవచ్చు నీ – సాహస కృత్యము
నినుగన్న తల్లి – ధన్యురాలుయని
కొనియాడగ – అసురాంగనలెల్లరు.
గోడుగోడున – ఏడ్చెడు ధ్వనులూ
వినుటకు ఎంతో – భీతి దోపగా
రావణు తిట్టిరి – రమణులు కొందరు
ఇతడే కొంపకు – ఇంతచేటుయని !!శ్రీ!!

372. ఎండిన అడవికి – మంటలుగ్రమ్మగ
అడవిలోనున్న – పక్షులన్నియును
ఏ విధి అరచునొ – ఆ విధి లంకలో
రాక్షసులంతా – భోరున ఏడ్చిరి
కాలానలుడో – ఏ పెనుభూతమొ
కోతి కాదు ఇది – యముడే యీ విధి
మారు రూపమున – వచ్చి మనలను
లంకా పురమును – భస్మమొనర్చెను!!శ్రీ!!

373. సరసీరుహములు – లేని కొలను వలె
హంసలు లేనీ – కాసారము వలె
దీపములేని – గృహము విధంబున
దినకరుడుండని – దుర్దినంబు వలె
వెన్నెలలేని – రాత్రి విధంబున
పసుపూకుంకుమ – లేని కాంత వలె
సొగసంతయు చె – డి లంకాపురము
అప్పుడు చూపట్టె – అందరి కనులకు !!శ్రీ!!

374. అప్పుడు మారుతి – ఆత్మశాంతికని
కాలుచున్న తన – తోక మంటలను
సాగరమునకేగి – మంటల నారిపి
ఎక్కి సువేలము – లంకను చూచీ
ఎంతటి పని నేన్ – జేసితి ఆహా
సుందరమగు యీ – లంకాపురమును
అయ్యో! కాల్చితి – నాకింత కోపమ
కోపము వదలిన – వారె ధన్యులు !!శ్రీ!!

375. సీతామాతను – దహియించితిని
అధములు చేసే – పనియొనరించితి
కోపముచే నేను – శాంతిని గోల్పోయి
మొప్పె తనముతో – తప్పు చేసితిని
పాము కుబుసమును – విడిచిన రీతిగ
జాత క్రోధమును – విడిచిన వారే
వారే పుణ్యులు – వారే శాంతులు
అయ్యో నేనెంత – ఘోరము చేసితి !!శ్రీ!!

376. రక్షింపగ ఇటు – వచ్చి సీతను
దగ్ధము చేసితి – మహా పాపిని
క్రోధి చేయనీ – పనియే లేదు
జననీ జనకులు – నైన చంపును
అవని ఇటు చింతించి – ఆహా! ఆ పని యెటులగు
నన్ను కాల్చనిదె – సీతను కాల్చున
ఇంతకు సీతను – చూచుట మేలని
పోయెను సీతను – చూచెను మ్రొక్కెను !!శ్రీ!!

★హనుమ సీతను చూచి సెలవు గొని వార్థిని దాటుట ★

377. తల్లీ! పోయెద – సెలవిమ్మనగా
క్షేమమె మారుతి – నీకిపుడనుచు
సుఖముగ పొమ్మా – అని దీవించి
సువేలాద్రిని – ఎక్కి మారుతి
కాయము పెంచీ – కరములనూదీ
కాళ్లతొ తన్నగ – నూగె పర్వతము
కృంగిన యట్టుల – తోచుచు నుండ
హనుమయంత – కుప్పించి ఎగిరెను !!శ్రీ!!

378. సీతను గాంచిన – శ్రీ హనుమంతుడు
ఆనందముతో – గగనమార్గమున
వడిగా వచ్చుచు – సింహనాదమును
చేయుచునావలి – తీరమును గనె
అచ్చట నుండిన – వానరులందరు
చూడగ మహేంద్రము – గిరిపై దిగియెను
అంగదుడున్ మ –రి కపివరులందరు
చుట్టుచుట్టుకొని – జేజేల్ సల్పుచు

379. ఆనందాబ్ధిలో – అందరు తేలుచు
తమ వాలంబుల – నేలకు మోదుచు
నుండ అంగదుడు – ఇటు ప్రశ్నించెను
పొయి వచ్చినా – తెరగు చెప్పుమన
హనుమంతుండిటు – లనె యువరాజుతొ
మీయాశీస్సుల – చేత సముద్రము
దాటి లంకలో – గంటిని సీతను
ముద్రికనొసగితి – ముదము గూర్చితిని !!శ్రీ!!

380. అశోకవనమును – ధ్వంసము చేసితి
అసురుల జంపితి – అసురేంద్రునితో
కలసి వచించితి – కాల్చితి లంకను
వచ్చితి పని నెర – వేర్చితిచటకున
ఔరా! నీ ప్రభుభక్తి – యు హనుమా
ఎంతటి సాహస పరుడవు నీసరి
ఎవరు లేరు ఇల – మెచ్చవచ్చు మా
మేన ప్రాణములు – నిలిపిన వాడవు!!శ్రీ!!

★హనుమ కపులతో కలసి మధువనమును ప్రవేశించుట★

381. హనుమా! పోవుద – మిక శ్రీరాముల
పాదసన్నిధికి – అని అంగదుడన
వానరులందరు – గగనానికెగిరి
వచ్చుచుండగా – మధువనమును గని
ఆకలి బాధతొా – ఆకపులందరు
అంగదునాజ్ఞతొా – వనము ప్రవేశింప
కావలి యుండిన– దధిముఖుదను కపి
అడ్డుపెట్టగా – అందరు పైబడి!!శ్రీ!!

382. వానిని కొట్టుచు – వనమున జొరబడి
తేనెలు త్రావుచు – ఫలముల భక్షించి
కొమ్మలు విరచుచు – లాగులు వేయుచు
కిచకిచలాడుచు – కొక్కరించుచును
అల్లిబిల్లిగా – అల్లరి చేయుచు
నుండ జూచి దధి – ముఖుడు శీఘ్రముగ
సుగ్రీవునికడ – చేరి వారి కథ
చెప్పుచుండగా – శ్రీరాముడు విని !!శ్రీ!!

383. ఈ వానరుదెవ – డగును ఏమి కథ
విన్నవించినటు – తోచుచున్నదన
రవిసుతుడనె నిటు – శ్రీరాములతో
దక్షిణదిశగా జనిన – వానరులు
వచ్చుదారిలో – మధువనమందున
చొచ్చి వనంబును – అల్లరి చేయుచు
నున్న వారు యని – విన్నవించెనని
ఆజ్ఞ లేక వా – రాపని జేయుట !!శ్రీ!!

384. గడువు మీరుటయు – దుడుకుతనంబున
ఈపని చేయుట – కార్యము సఫలము
గా మది తోచును – కావున వారలు
మన్ననకర్తులు – పొమ్ము! వారలను
రమ్మని చెప్పుము – యన దధిముఖుడు
సరగున పోయి – సర్వము తెలుపగ
వానరులెల్లరు – ఆకసవీధిని
వచ్చుచుండగా – ఇచట సుగ్రీవుడు !!శ్రీ!!

385. ఈ కార్యంబును – నెరవేర్చుటకు
హమమంతునితో – జరిగియుండును
ఇతరుల వలన – కాదని తలతును
జాంబవంతుడూ – మంత్రిగ నుండియు
అంగదుండు యువ – రాజుగ నుండియు
అంజనేయుడూ – రక్షణగా యుండి
వీరలు ఎల్లరు – కలసి చేసిన
కార్యము విఫలము – కాదనునంతలో !!శ్రీ!!

★హనుమదాది కపులు శ్రీరాముల సన్నిధి చేరుట ★

386. ప్రస్రవణంబను – గిరి పైనున్న
సుగ్రీవుని శ్రీరా – మలక్ష్మణులు
సన్నిధి వానరు – లందరు వ్రాలుచు
దూరము నుండీ – దండము పెట్టుచు
వారల ముందర – వాయు సుతుండును
శ్రీ రఘురాముల – పాదపద్మములు
శిరమును సోకగ – మ్రొక్కి నిల్చుకుని
రామా! చెప్పెద – అవధరింపుమన !!శ్రీ!!

387. వానరులందరు – కిమ్మనకుండిరి
మారుతి పల్కులు – వినవలయునని
కదలక మెదలక – ఎవరికి వారు
వినయవిధేయత – కల్గిఎల్లరును
చేతులు జోడించి – చెదరని భక్తితొ
రామనామమును – మదిలో తలచుచు
హనుమంతుని వైపు – ఆనందముతో
చేష్టలు దక్కి – చూచుచుండిరి !!శ్రీ!!

★హనుమ సీత ఇచ్చిన చూడామణిని రామునికొసంగి సందేశమును తెలుపుట★

388. సద్గుణయుతుడు – సరళహృదయుడు
పావని అప్పుడు – పరమ భక్తితో
మధురవాక్యములు – రామ చంద్రుని
చరితము పల్కెను – సర్వులు వినగా
రామా! రవికుల – జలనిధి సోమా!
దశరథరామా! – దనుజ విరామా!
జయజయరామా – జగదభిరామా
నియత సజీవయు – నీ సతిరామా !!శ్రీ!!

389. ముద్రిక గైకొని – మోదముతో జని
వార్థిని దాటి – లంకను చూచితి
లంకిణి గూల్చి – లంకలొ చొచ్చి
దనుజుల గృహముల – నన్నియు వెదకితి
నగరము వెలుపుల – మనోహరంబగు
అశోకవనమును – చూచితి రామా!
వెన్నెల కాంతిలొ – శింశుప తరువూ
క్రింద శోకముతొ – సీతయుండగ !!శ్రీ!!

390. వృక్షముపై నేను – దాగియుండగా
అసురేంద్రుడు – సతినాడిన మాటలు
కావలియుండిన – కాంతలు పల్కులు
విని సహియించక – సీతా మాత
రోసి జీవితము – కోసి ఆశలత
ఉరితో ప్రాణము – బాసెడు తరుణము
ఆ సమయంబున – రామా! నీ కథ
గానము చేసితి – సీత బ్రతికెను !!శ్రీ!!

391. ఉరిలో చిక్కిన – లేడి చందమున
సీతామాత – చిక్కియున్నది
అనుకున్న దుఃఖము – పైబడి వచ్చును
ఆమె స్థితియు గన – నాకును రాఘవ!
మంచులో మునిగిన – కమలము విధమున
ముఖకాంతి సీతకు – మరుగుపడినది
రామా రామా – శ్రీరఘురామా
ఏమని తెల్పుదూ– సీత విషయము !!శ్రీ!!

392. మాసిన చీరయు – మాసిన కురుల
ధూళితొ మిశ్రమ – మైనదేహము
మొగులు గ్రమ్మిన – చంద్రుని కళవలె
రాక్షసకాంతల – క్రూర వలయమున
సీతాదేవి యున్నది – రఘురామ
మీ క్షేమంబును – మీ రూపంబును
తెలిపి వెంట నేన్– ఉంగరమొసగగ
శ్రీరామాయని – కడు విలపించెను !!శ్రీ!!

393. కనులకద్దుకొని – మృదుమధురోక్తుల
మీ కుశలంబును – అందరినడుగగ
అందుకు తగినట్లు – నేన్ మాటలాడగ
సంతోషముతో – సీతామాత
హనుమా! ఎన్నడు – రాములు ఇచటికి
వచ్చి రావణుని – కూల్చునొ చెపుమా
ఎన్నాళ్లని నేను – యీయవస్థలను
అనుభవింతునని – వలవల ఏడ్వగ

394. తల్లీ నీవిటు – తల్లడిల్లకుము
మరలి పోయి – శ్రీరామలక్ష్మణుల
వానరసేనతొ – వార్థిని దాటి
వచ్చి లంకనూ – ధ్వంసమొనర్తుము
అని ధైర్యోక్తులు – చెప్పి చిత్తమును
స్వస్థత పొందెడు న – ట్లు పలుకగా
ఓ హనుమంతా – యీ పనికంతా
నీదె భారమని – సీత పల్కెను

395. ఆమె బాధలను – ఆమె దుఃఖమును
ఆమె రూపమును – నాకు చూడగా
కడుపున చేయిడి – కలియబెట్టినటు
లాయెను రామా – ఏమని తెల్పుదు
తల్లీ నిను నేను – కన్గొనినట్టుల
గుర్తునొకటి నా – కిమ్మని వేడగ
కాకాసురుకథ – నొకటి చెప్పుచు
చూడామణినిచ్చె తమకు నొసగుమని !!శ్రీ!!

396. కాకాసురుపై – చూపిన కోపము
కావరుడగు – యీ రావణుపైనా
చూపకుండుటుకు – కారణమేమో
దుష్టుల రక్షింప – రాజధర్మమా
ఆపదవేళల – ఆదరింపనీ
నాధుడుంది – ఫలమేమని పల్కుచు
కన్నులనుండి – నీరుకార్చుచూ
సీతపల్కెనని – హనుమా చెప్పుము !!శ్రీ!!

397. వివాహ కాలము – నాటి మాటలును
చిత్రకూటమున – జూపిన ప్రేమయు
మరచెను శ్రీ ర – ఘురామచంద్రుని
సీతపల్కెనని – హనుమా చెప్పుము
అగస్త్యుడొసగిన – వైష్ణవి ధనస్సు
విశ్వామిత్రుడు – నొసగిన శరములు
అన్నియుండియు – రావణు చంపక
యుండుట నా – దురదృష్టమనియెను !!శ్రీ!!

398. బడుగు జటాయువు – పాపము నాకై
ప్రాణము వదలెను – పాపి రావణుతొ
పక్షికె నాపై – నుండిన కరుణా
రాములకెందుకు – లేదో అడుగుము
నీ ఇల్లాలిని – నీచుడు ఎవడో
అపహరింపగా – ఊరకయుండుట
క్షాత్ర ధర్మమా – వీర కర్మయే
సందేహింపక –పల్కుము తండ్రీ !!శ్రీ!!

399. తలచడు తల్లిని – తలచడు తండ్రిని
మరచెను తమ్ముల – రాజ్యము మరచెను
నన్ను మరువడని – తెలసియు ప్రాణము
నిలిపితి హనుమా – ఇంతవరకుయని
నిగనిగలాడెడు – ఆ నగుమోము
అమృతతుల్యమగు – ఆవాక్యంబులు
కమలములును బోలు – ఆ తెలి కన్నులు
నీలిమేఘరుచి – బోలు దేహమును !!శ్రీ!!

400. చూచెడు భాగ్యము – నాకిక లేదని
దీన స్వరముతో – ఆడిపోసుకుని
ధర్మము కాదని – రాములు సన్నిధి
ఝడియక చెప్పుము – తండ్రీ హనుమా!
తనతో సమముగ – కష్టసుఖంబులు
అనుభవించిన – ఆలుయటంచని
తలచున తలపడి – కలది వచింపుము
మానధనుడు శ్రీ – రఘురామచంద్రుడు !!శ్రీ!!

401. కఠిన వ్రతంబుల – ఉపవాసములతొ
సీత కృశించినదని – వచియింపుము
గతి నీవేయని – బ్రతిమాలినదని
కడసారి పల్కులు – పల్కినదను మన
అమ్మా! రాముడు – నిన్నే మదిలో
ఏదీ సీతయని – పరితాపముతో
క్షణక్షణమునకును – హా! సీతాయని
కలవరించుచూ – కాలము గడుపును !!శ్రీ!!

402. ఆకులో అలములో – కొద్దిగ ఫలములో
ఆకలితీరెడు – నట్టుల మెసవును
ఆలోచనతో – అటులే యుండును
తల్లిరో నీపై – మనసుండుటచే
ఈగెలు దోమలు – పాములు తనువున
ప్రాకుచుండినను – రాముడెరుంగడు
అన్యమేది స్మరి – యింపక రాముడు
హా! సీతాయని – కలవరించు గదా !!శ్రీ!!

403. విరహవేదనలో – పడియు దేహమును
దినదినమ్మునకు – తరుగుచుండును
సింహము చేతను – చిక్కన కరి వలె
పూటపూట కృశి – యించును తల్లీ!
పూవులో ఫలములో – పచ్చిక బయలులో
కమనీయములుగు – కాసారములో
చలువరాళ్లో మరి – సైకతస్థలములో
కాంచినపుడు – నిను కలవరించుగదా !!శ్రీ!!

404. నీవిచటుండిన – స్థలము తెలియక
ఇంతకాలమెటు – జరిగెను అమ్మా
క్షణములో తెచ్చెద – రామలక్ష్మణుల
సుగ్రీవుని కపి – సేనలు తోడుగ
అని దేహంబున – అసువులుండునటు
పరిపరివిధముల – చెప్పగ రామా!
అప్పుడు జానకి – మహా దుఃఖమున
తుది వాక్యంబులు – తమకు తెల్పుమనె!!శ్రీ!!

405. హనుమా క్షేమము – లడిగితిననుము
అచ్చట నుండిన – మన వారందరిని
ఎటుల చెప్పిన – రాముడు వచ్చునొ
అటులే తెల్పుము – ఓ హనమంతా
ఒకనెల ఎటులో – నా ప్రాణంబులు
నిల్పుకొందు మరి – మీరలు రాకున్న
వదలుదు తను – వును అని శోకించె
సరె కానిమ్మని – సెలవును గైకొని !!శ్రీ!!

406. వనమును కూల్చి – అసురుల చంపి
ఇంద్రజిత్తు చేతిలో – చిక్కినట్లుండగ
రాక్షసులప్పుడు – రావణు సభలో
కూలవేయ నేన్ – రావణు జూచీ
కొన్ని ధర్మములు – బోధింపగ అవి
అతని చెవులకూ – ములుకుల కైవడి
తోచి కఠినుడై – నిను నన్ను దూషించి
కపిని చంపుడని – భటులకాజ్ఞ ఇడె !!శ్రీ!!

407. ధర్మము కాదని – తమ్ముడు పల్కుచు
దూతను చంపుట – ఖ్యాతియు గాదన
మనసు మార్చుకుని – తోక కాల్చి
పురి త్రిప్పి విడుచుడన – నటులే చేయుచు
కొట్టుచు తిట్టుచు – పట్టి త్రిప్పగా
దేహము పెంచి – దైత్యుల జంపి
లంకాపురమును – మంటలపాలుగ
చేసి జానకిని – చూచి వచ్చితిని !!శ్రీ!!

408. ఇంతవరకు నేన్ – చేసి వచ్చితిని
దశరథరామా – తమ దయచేతను
ఇకమీదట మీ – రేమి చేయుదురు
మీకు తోడు మే – మందరమనుచు
చూడామణినీ – తీసి మారుతి
చూపి శ్రీరాముల – కరములో నిడ
అక్కడనున్న – వానరులందరు
ఆనందాలబ్ధిలో – మునిగి తేలిరి!!శ్రీ!!

★శ్రీరాములు ఆంజనేయుని కౌగలించుకొనుట★

409. అంతట రాముడు – అమితానందము
నొందుచు కను – లానంద భాష్పముల
కార్చుచునుండీ – కాయము మరచి
కొంతసేపటికి – స్మృతి కల్గియు మరి
నాయన హనుమా – రమ్మాయనుచును
చేరదీసి తన – హస్తంబులతో
గాఢాలింగన – మాచరించి తన
తొడయందిడుకొని – శ్రీ హనుమంతుని !!శ్రీ!!

410. శిరమును మూర్కొని – చెక్కిలినొక్కుచు
హనుమంతాయని – కరముల నిమిరి
మహాప్రీతితో – మధుర వాక్యముల
ఆదరించి ఇటు – పల్కెను రాముడు
సీతను కోల్పోయి – తరలి రాగ ఇటు
సుగ్రీవునితో – స్నేహము నెరపి
జలనిధి లంఘించి – వేగమె లంకలో
చొచ్చి జానకిని – కనులతొ గాంచి!!శ్రీ!!

411. క్షేమము తెలిపీ – సీత ప్రాణమును
నిలిపియు కష్టము –లెన్నో పడుచు
మాకొరకెంతో – బాధలుపడినావు
చూడామణినిడి – సుఖమ్ము కూర్చితివి
ఎన్ని జన్మముల – నైనను గానీ
నీదు ఋణంబును – తీర్చుకొనుటకు
చాలనివాడను – కావున నిన్ను
నాలోనైక్యము – చేసుకుందునని !!శ్రీ!!

★శ్రీరాముడు హనుమను మెచ్చి వరము నొసంగట★

412. నీవును నేనును – ఇరువురు మొకటిగ
భావించెదనూ – ఓ హమమంతా
నన్నే నిన్నని – నిన్నే నన్నని
నను సేవించిన – నిన్నుకొల్చినను
భక్త జనంబుల – కభయమిచ్చెదము
నా కథ యీ ఇల – ఎంత కాలమూ
నిలచియుండునో – అంతవరకు నీ
వుండి చివరకు – మోక్షము పొందుము !!శ్రీ!!

413. నిజము వచించితి – నని శ్రీరాముల
కరుణతొ హనుమకు – వరములొసంగ
సంతోషముతో – సకల వానరులు
జై జై జై యని – జేజేల్ సల్పిరి
అని ఇటు గౌరికి – శివుడు చెప్పగా
పావని చరితము – పార్వతి వినుచు
శ్రీ హనుమంతుని – భాగ్యమె భాగ్యము
అని తన మదిలో – ఆనందించెను !!శ్రీ!!

★శంకరుడు పార్వతికి ఈకథ చెప్పుట (మంగళహారతులొసగుట)

414. దశరథ సుతులకు – సీతామాతకు
కపిశేఖరులకు – కలుగు శుభంబని
మంగళహారతు – లిపుడే ఇత్తము
నిత్యము శుభములు – మనకుకల్గునటు
మంగళమని జయ – మంగళమనుచు
కదళీఫలములు – కమనీయంబగు
పూవులు ఫలములు – నైవేద్యంబులు
ఇచ్చుచు మంగళ – హారతులిడుదము !!శ్రీ!!

415. భక్తితొ నొసగెడు – మా కానుకలు
ప్రీతితొ సీతా – రాములు గైకొని
కరుణతొ మమ్ముల – చూచి బ్రోచునని
గానమొనర్తుము – కడుమోదముతో
భక్తిశ్రద్ధలతొ – సుందరకాండము
శ్రవణము చేసిన – వారు శ్రీరాముల
పాద సన్నిధిని – జేరి సుఖింతురు
భవము నశించి – ముక్తిని గనుదురు

416. సుందరకాండము – కర్ణపేయముగ
గేయరూపమున – యీ కథ వ్రాసితి
పండిత జనపద – సేవారతుడను
వెంకటరెడ్డి (వెంకటార్య) యను – పేరును కలవాడ
తప్పులున్నవని – ఎప్పుడు దీనిని
విప్పి చూచి మది – హేయముగా ఇది
చూడకుందురని – మీ చరణంబుల
నేను నమస్కృతి – చేసి పల్కెదను !!శ్రీ!!

417. రామా యీ కథ – ఎక్కడ జరుగునొ
ప్రీతితొ నేను అచ –ట నుందునని
మారుతి పల్కెను – శ్రీరాములతో
అటులేయగునని – రాములు పలికెను
కనుక యెల్లరును – భక్తి హృదయులై
శ్రవణము చేసిన – శ్రీహనుమంతుడు
పరమానందము – పొంది వారలకు
సకల శుభంబులు – సతతము నొసగును

418. శ్రీరఘురాముడు – సీతాసతియును
పావని ముప్పురు – పరమ ప్రీతితో
పరమాదరమున – ఆశ్రయ మొసగి
వీనుల విందుగ – వినుచుందురుయని
నదులు వనంబులు – నభము భూమియును
అజుడు తారలును – అహము రాత్రియును
సూర్య చంద్రులును – ఎంత కాలమిల
నుందురొ అంత – వరకీ కృతి నిలుచును !!శ్రీ!!

419. పాడిపంటలూ – ప్రజలకు కలిగీ
పరమాత్ముని – శ్రీరామ నామము
తలచుచు ఎల్లరు – ధర్మమార్గమున
ధరణిలొ నడచి – ధన్యులగుదురని
శ్రీ హనుమంతుడు – నా మది నిలచి
సుందరకాండము – నామూలాగ్రము
గానరూపమున – నా యీ వాక్కున
పలికించెనుయని – ప్రస్తుతించెదను !!శ్రీ!!

420. సీతారాముల – కర్పణంబుగా
చేసితి యీ కృతి – భాసిల్లనీ యిల
పరమ ప్రీతితో యీ గేయంబుల
పరమాదరమున – నెవరు చేయుదురో
ఈ కథనెవ్వరు – శ్రీ రామాయని
పఠనము గానము – నెవరు చేయుదురో
అట్టి భక్తులను – ఆదరించునని
మరిమరి వేడుదు – సీతారాముల !!శ్రీ!!

421. నాలుగువందల – ఇరువది గీతముల
రచియించితి యీ – సుందరకాండము
సులభ శైలితో – సంక్షేపంబుగ
పాడుకొనుటకూ – ప్రజలకెల్లరకు
నా యీ శ్రమయు – అవని ఫలించెడు
నట్టుల మీరలు – అనుదినమును
ఇది విని వినుపించుచు – విశ్వవ్యాప్తిగ
చేసిన... నాకది – శ్రేయము గలుగును !!శ్రీ!!

గద్యము

ఇయ్యది... శ్రీ సీతారామ హనుమదాచార్య కరుణా కటాక్షమున సుజనవిధేయుడైన ముద్దుటుంగులీయ గోత్రాన్వయ సంజాతుడైన నారాయణరెడ్డియను నతని పుత్రుండు ముక్కర్ల వెంకటరెడ్డి (వెంకటార్యులు) గారిచే విరచితమైన శ్రీమదాంధ్ర వాల్మీకి రామాయణము, అధ్యాత్మరామాయణము (వ్యాస రామాయణము) నందలి సుందరకాండ సుధాగాన కావ్యము... సర్వము... సంపూర్ణము...

ఓం

శ్రీ సీతాలక్ష్మణభరతశతృఘ్నహనుమత్సమేత శ్రీరామచంద్ర పరబ్రహ్మార్పణమస్తు

KASTURI VIJAYAM

📞 00-91 95150 54998
KASTURIVIJAYAM@GMAIL.COM

SUPPORTS

- PUBLISH YOUR BOOK AS YOUR OWN PUBLISHER.

- PAPERBACK & E-BOOK SELF-PUBLISHING

- SUPPORT PRINT ON-DEMAND.

- YOUR PRINTED BOOKS AVAILABLE AROUND THE WORLD.

- EASY TO MANAGE YOUR BOOK'S LOGISTICS AND TRACK YOUR REPORTING.

www.ingramcontent.com/pod-product-compliance
Lightning Source LLC
LaVergne TN
LVHW030321070526
838199LV00069B/6523
* 9 7 8 8 1 9 6 3 8 3 5 0 3 *